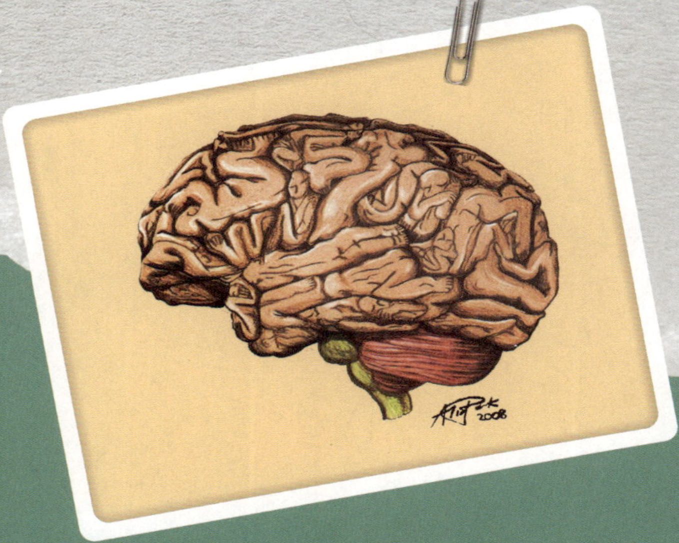

신경언어장애의 해부생리 워크북

김향희 저

WORKBOOK OF ANATOMY AND PHYSIOLOGY FOR NEUROLOGIC SPEECH-LANGUAGE DISORDERS

학지사

이 책의 활용법

『신경언어장애의 해부생리 워크북』은 기본서인 『신경언어장애의 해부생리』에 수록된 그림 중 학습에 꼭 필요한 핵심 그림만을 선별해 담았습니다. 각 문제에서는 그림 속 해당 위치에 맞는 명칭을 직접 적어 보고, 각 영역을 구분해 색칠해 보는 활동을 통해 학습 내용을 확인할 수 있습니다.

문제마다 지시문 바로 아래에 기본서의 페이지와 그림 번호가 함께 표시되어 있으므로, 각 문제의 정답은 해당 페이지의 그림을 참고하여 확인하면 됩니다.

차례

제4장
대뇌의 해부학적 구조 • 21

제5장
대뇌의 기능적 구조 • 45

제6장
뇌의 섬유다발 • 47

제7장
뇌의 운동신경로 • 53

제8장
뇌간과 뇌신경 • 61

제9장
뇌혈관체계 • 75

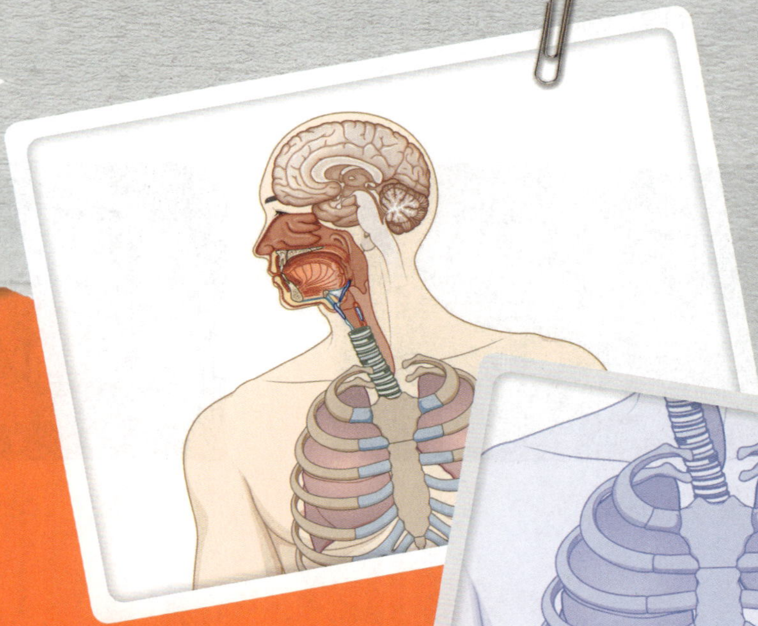

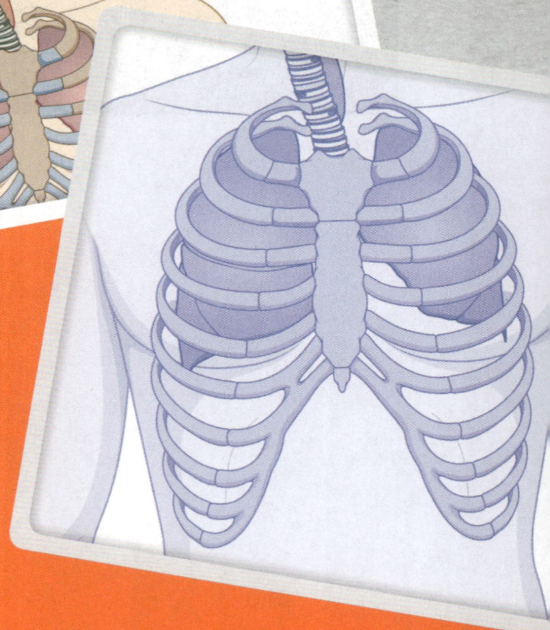

제1장

언어와 신경계

1-1 다음 그림에서 하전두엽 영역을 표시해 보자.

[정답은 기본서 p. 15의 '그림 1-1' 참조]

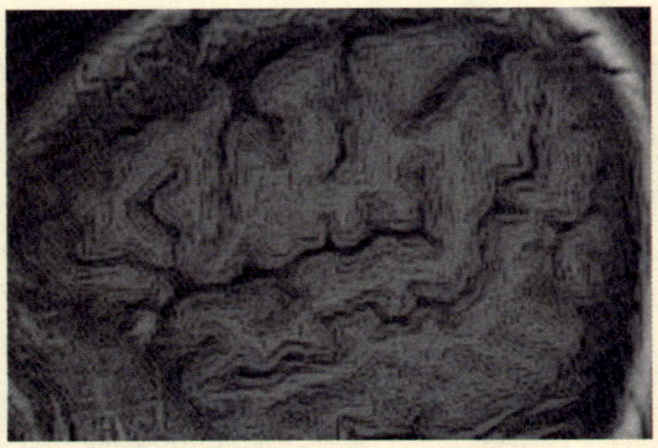

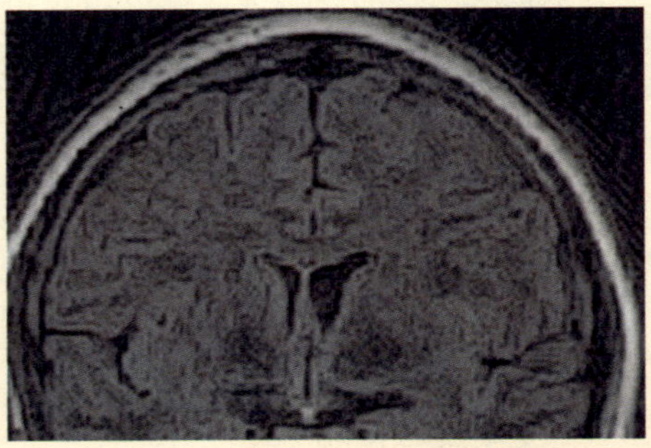

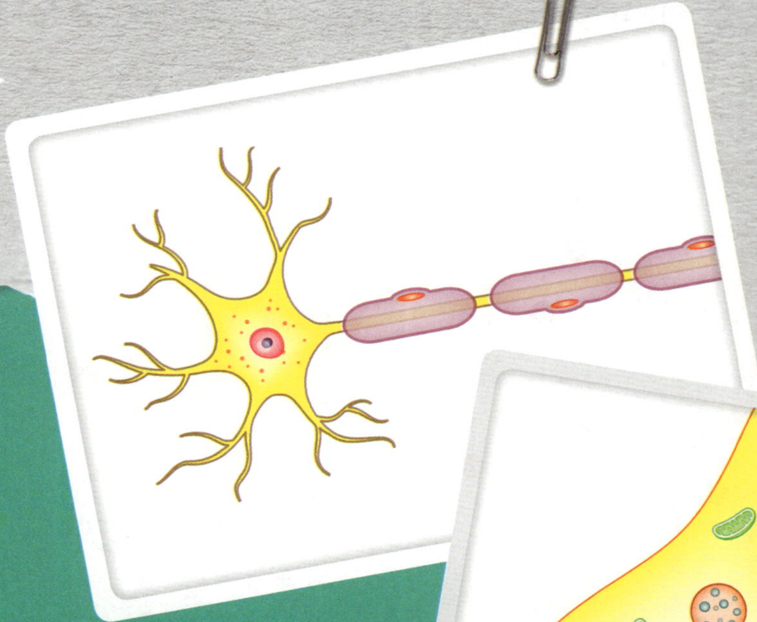

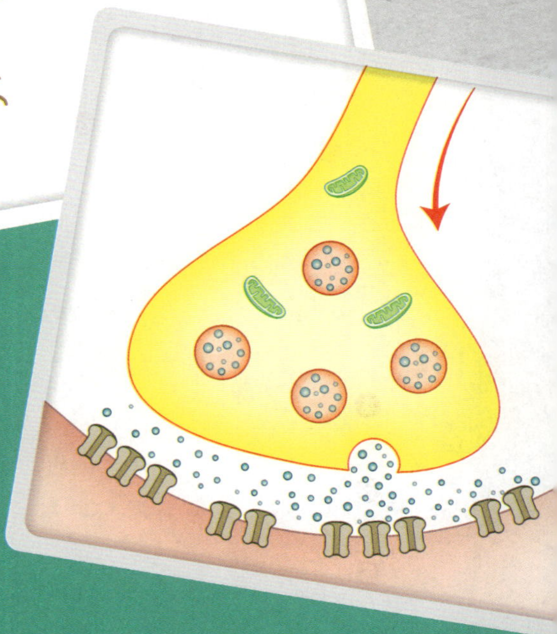

제 2 장

신경세포와 교세포

2-1 다음은 전형적인 운동신경세포의 구조이다. 각 번호(❶~⓫)에 적합한 명칭을 적어 보자.

[정답은 기본서 p. 25의 '그림 2-1' 참조]

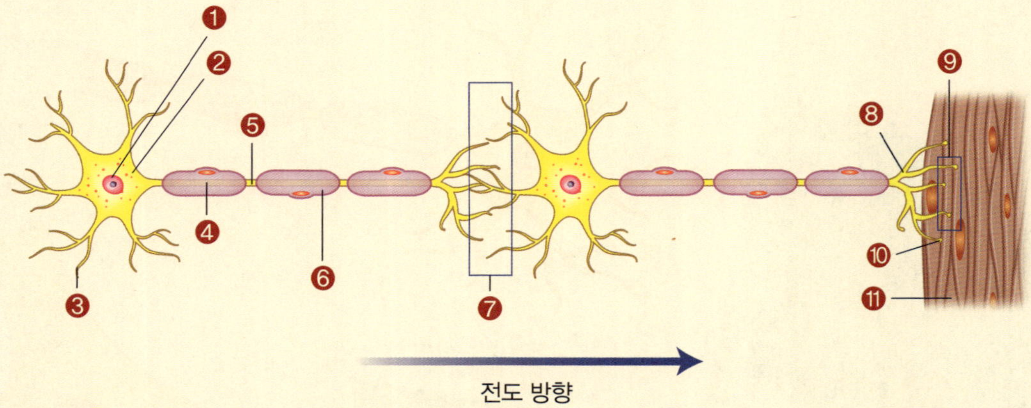

❶ ______________________ ❷ ______________________

❸ ______________________ ❹ ______________________

❺ ______________________ ❻ ______________________

❼ ______________________ ❽ ______________________

❾ ______________________ ❿ ______________________

⓫ ______________________

2-2 다음은 신경연접 구조이다. 각 번호(❶~❺)에 적합한 명칭을 적어 보자.

[정답은 기본서 p. 28의 '그림 2-3' 참조]

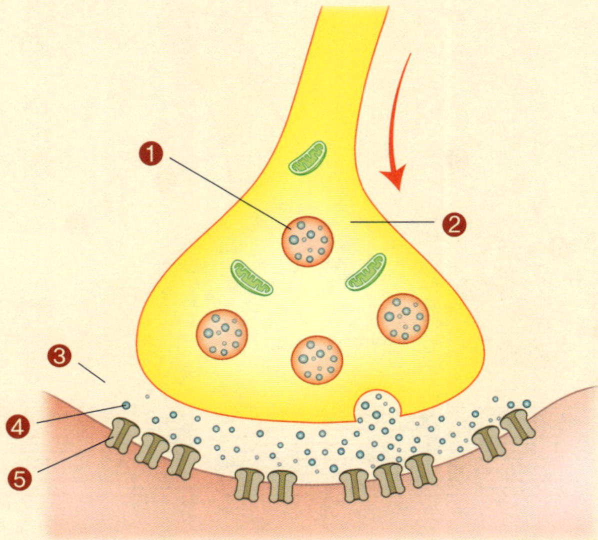

❶ ______________________ ❷ ______________________

❸ ______________________ ❹ ______________________

❺ ______________________

2-3 다음은 운동신경세포와 신경근접합부이다. 각 번호(❶~❻)에 적합한 명칭을 적어 보자.

[정답은 기본서 p. 29의 '그림 2-4' 참조]

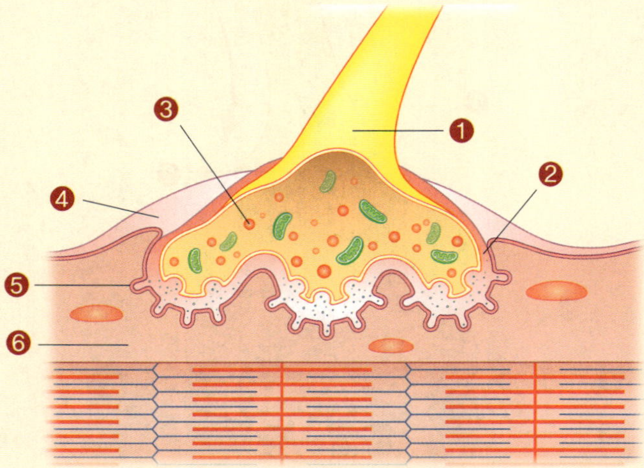

❶ ____________________ ❷ ____________________

❸ ____________________ ❹ ____________________

❺ ____________________ ❻ ____________________

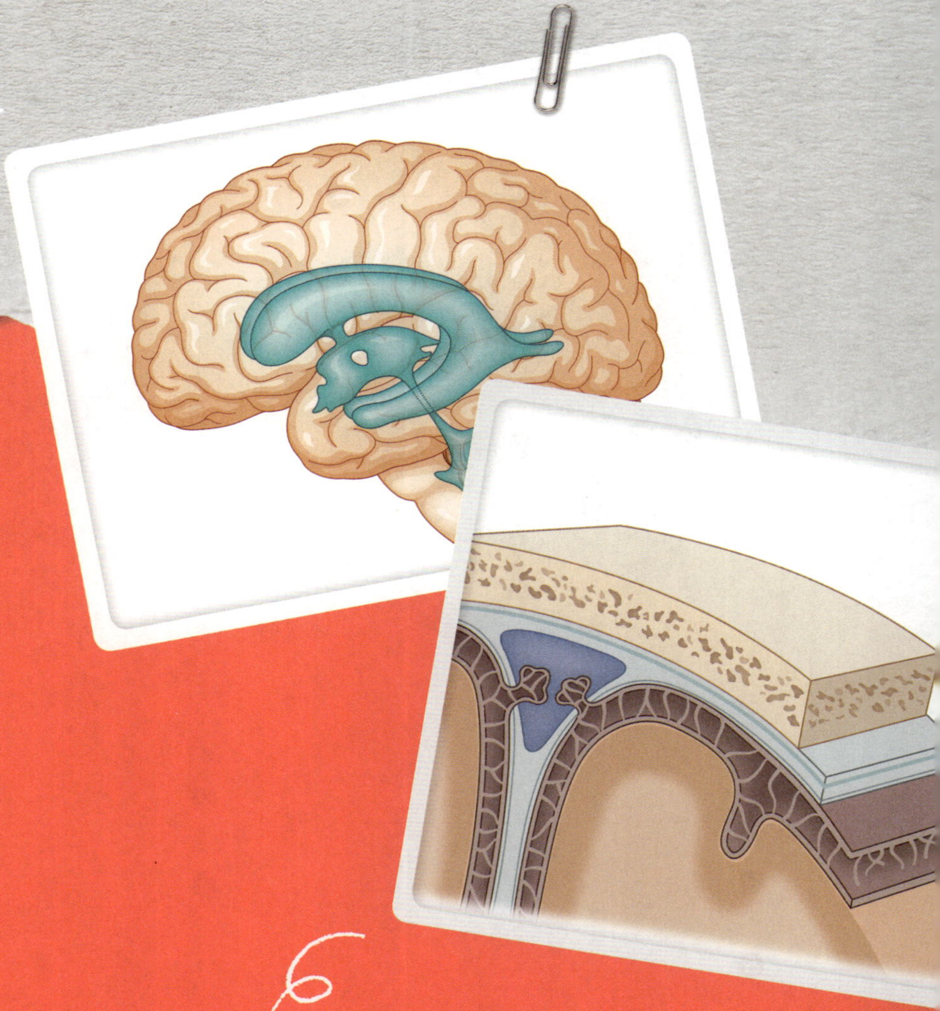

제 3 장

뇌와 신경계

3-1 다음은 뇌와 척수의 회백질과 백질이다. 각 번호(❶~❺)에 적합한 명칭을 적어 보자.

[정답은 기본서 p. 45의 '그림 3-2' 참조]

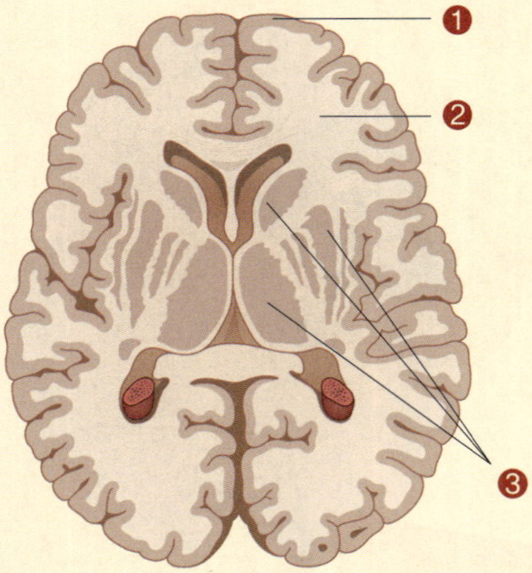

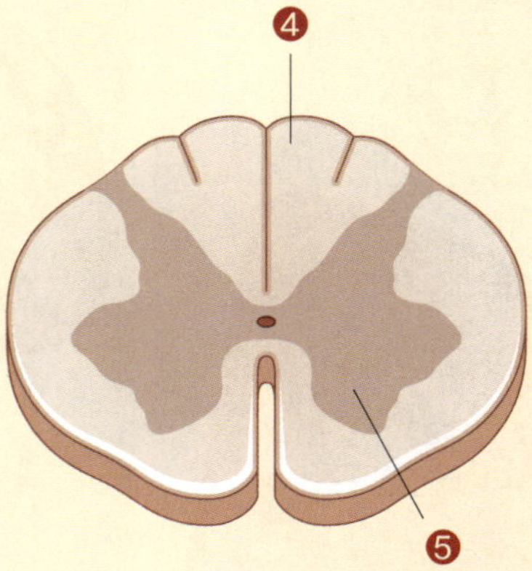

❶ ______________________

❷ ______________________

❸ ______________________

❹ ______________________

❺ ______________________

3-2 다음은 뇌의 구분이다. 각 영역(❶~❺)을 색칠하고, 각 번호(❶~❺)에 적합한 명칭을 적어 보자.

[정답은 기본서 p. 46의 '그림 3-3' 참조]

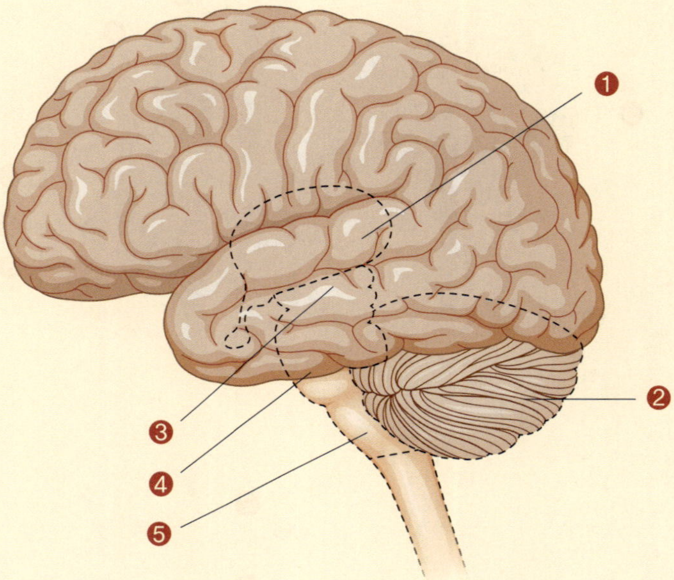

❶ ______________________ ❷ ______________________

❸ ______________________ ❹ ______________________

❺ ______________________

3-3 다음은 뇌막의 구조이다. 각 번호(❶~❿)에 적합한 명칭을 적어 보자.

[정답은 기본서 p. 52의 '그림 3-7' 참조]

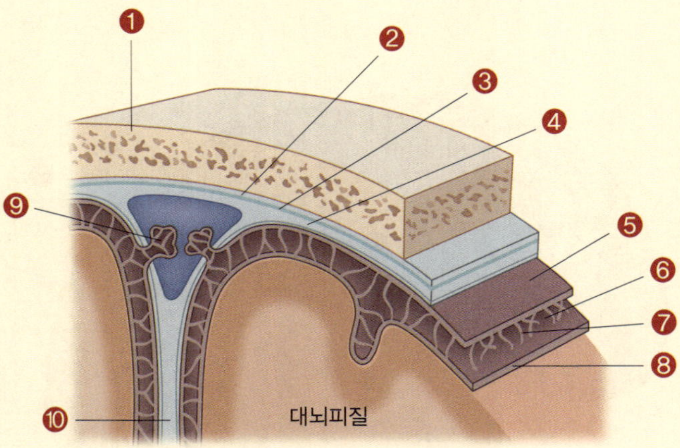

❶ ____________ ❷ ____________

❸ ____________ ❹ ____________

❺ ____________ ❻ ____________

❼ ____________ ❽ ____________

❾ ____________ ❿ ____________

3-4 다음은 뇌실의 구조이다. 각 번호(❶~❾)에 적합한 명칭을 적어 보자.

[정답은 기본서 p. 55의 '그림 3-9' 참조]

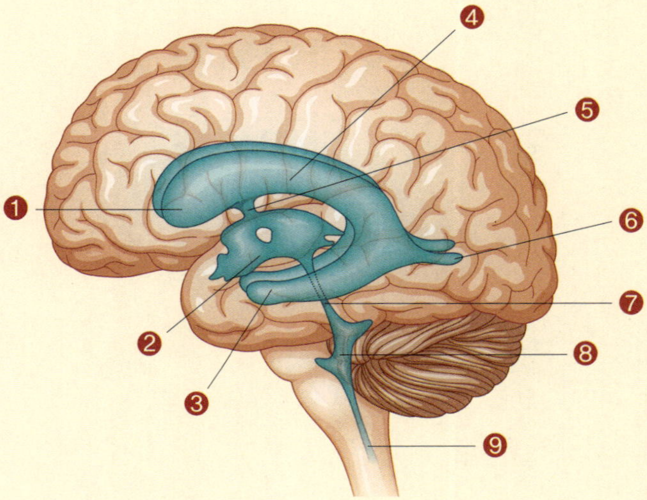

❶ ______________________

❷ ______________________

❸ ______________________

❹ ______________________

❺ ______________________

❻ ______________________

❼ ______________________

❽ ______________________

❾ ______________________

제 4 장

대뇌의 해부학적 구조

4-1 다음은 대뇌의 외측면이다. 각 영역(❻~❾)을 색칠하고, 각 번호(❶~❾)에 적합한 명칭을 적어 보자.

[정답은 기본서 p. 70의 '그림 4-1' 참조]

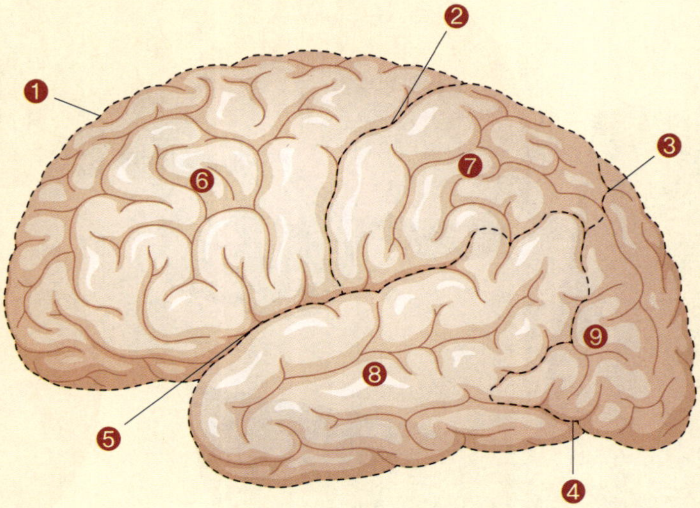

❶ ______________________

❷ ______________________

❸ ______________________

❹ ______________________

❺ ______________________

❻ ______________________

❼ ______________________

❽ ______________________

❾ ______________________

4-2 다음은 전두엽 구조이다. 각 영역(❶~❻)을 색칠하고, 각 번호(❶~❻)에 적합한 명칭을 적어 보자.

[정답은 기본서 p. 71의 '그림 4-2' 참조]

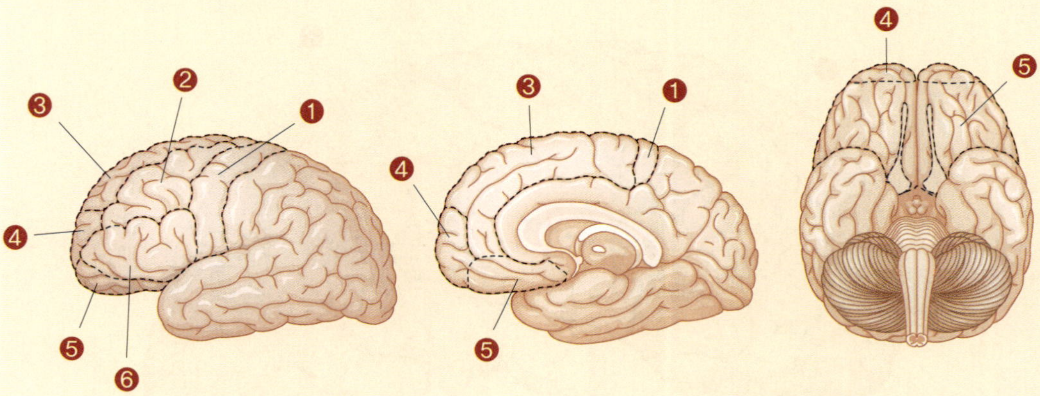

❶ ______________________ ❷ ______________________

❸ ______________________ ❹ ______________________

❺ ______________________ ❻ ______________________

4-3 다음은 하전두이랑과 덮개부이다. 각 영역(❶~❼)을 색칠하고, 각 번호(❶~❼)에 적합한 명칭을 적어 보자.

[정답은 기본서 p. 72의 '그림 4-3' 참조]

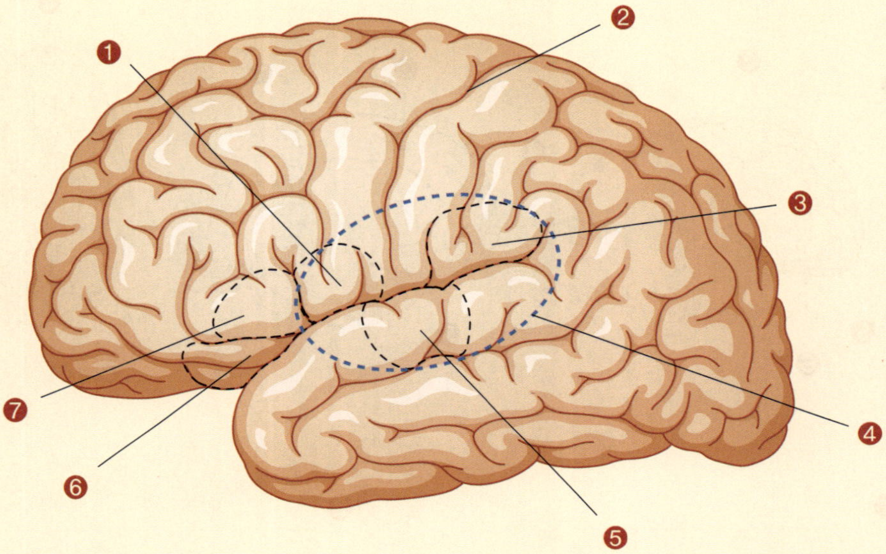

❶ ____________________

❷ ____________________

❸ ____________________

❹ ____________________

❺ ____________________

❻ ____________________

❼ ____________________

4-4 다음은 두정엽 구조이다. 각 영역(❸~❻)을 색칠하고, 각 번호(❶~❻)에 적합한 명칭을 적어 보자.

[정답은 기본서 p. 73의 '그림 4-4' 참조]

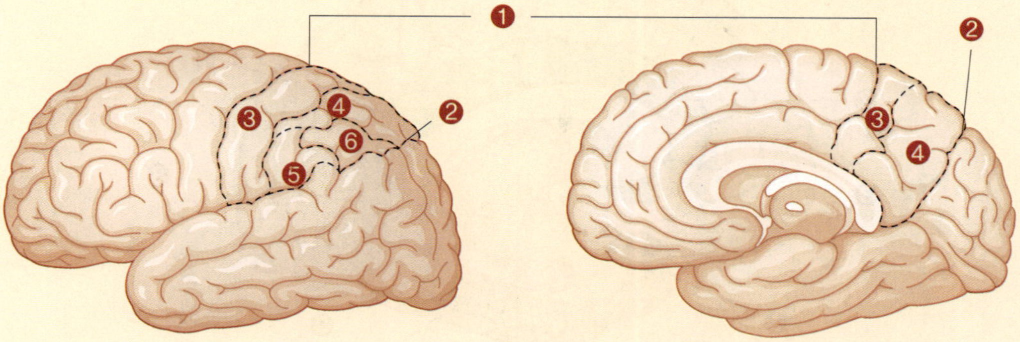

❶ ______________________

❷ ______________________

❸ ______________________

❹ ______________________

❺ ______________________

❻ ______________________

4-5 다음은 변연계 구조이다. 각 번호(❶~⓫)에 적합한 명칭을 적어 보자.

[정답은 기본서 p. 76의 '그림 4-8' 참조]

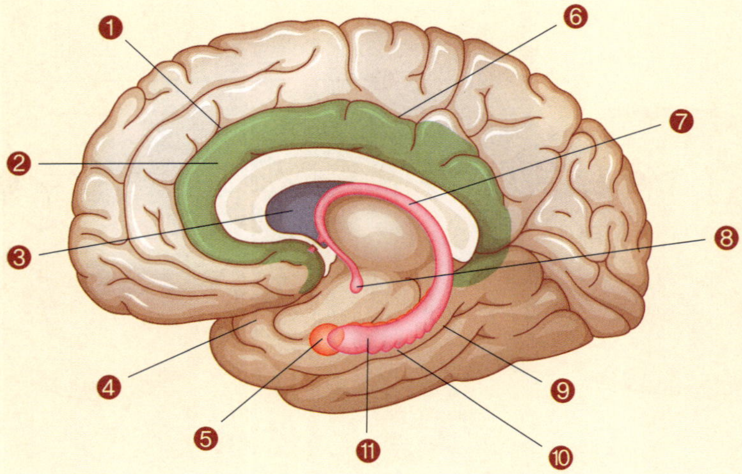

❶ ______________________ ❷ ______________________

❸ ______________________ ❹ ______________________

❺ ______________________ ❻ ______________________

❼ ______________________ ❽ ______________________

❾ ______________________ ❿ ______________________

⓫ ______________________

4-6 다음은 대뇌의 기저면 구조이다. 각 번호(❶~㉑)에 적합한 명칭을 적어 보자.

[정답은 기본서 p. 77의 '그림 4-9' 참조]

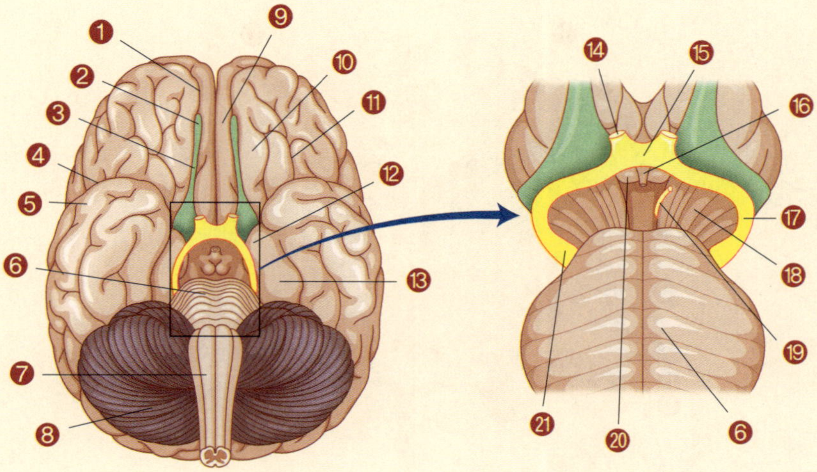

❶ ______________________ ❷ ______________________

❸ ______________________ ❹ ______________________

❺ ______________________ ❻ ______________________

❼ ______________________ ❽ ______________________

❾ ______________________ ❿ ______________________

⓫ ______________________ ⓬ ______________________

⓭ ______________________ ⓮ ______________________

⓯ ______________________ ⓰ ______________________

⓱ ______________________ ⓲ ______________________

⓳ ______________________ ⓴ ______________________

㉑ ______________________

4-7 다음은 대뇌의 수평면 구조이다. 각 번호(❶~⓱)에 적합한 명칭을 적어 보자.

[정답은 기본서 p. 78의 '그림 4-10' 참조]

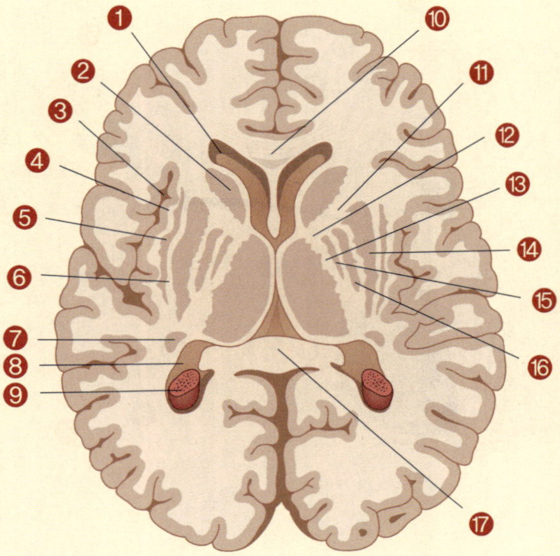

❶ ______________________ ❷ ______________________

❸ ______________________ ❹ ______________________

❺ ______________________ ❻ ______________________

❼ ______________________ ❽ ______________________

❾ ______________________ ❿ ______________________

⓫ ______________________ ⓬ ______________________

⓭ ______________________ ⓮ ______________________

⓯ ______________________ ⓰ ______________________

⓱ ______________________

4-8 다음은 내포의 부위별 대응 조직이다. 각 번호(❶~❸)에 적합한 명칭을 적어 보자.

[정답은 기본서 p. 79의 '그림 4-11' 참조]

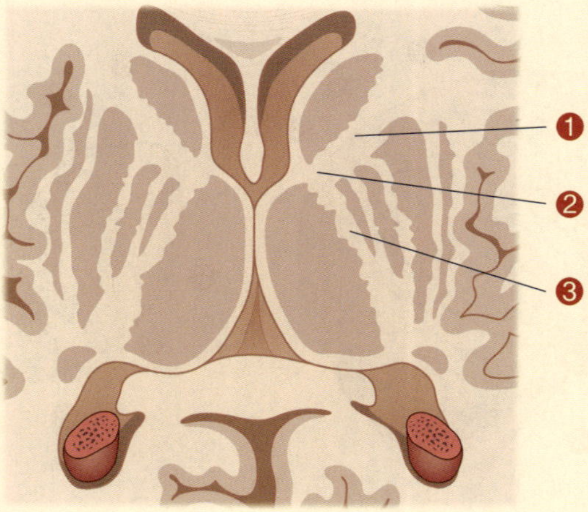

❶ ______________________ ❷ ______________________

❸ ______________________

4-9 다음은 시상과 핵군 구조이다. 각 영역(⑥~⑯)을 색칠하고, 각 번호(①~⑯)에 적합한 명칭을 적어 보자.

[정답은 기본서 p. 81의 '그림 4-13' 참조]

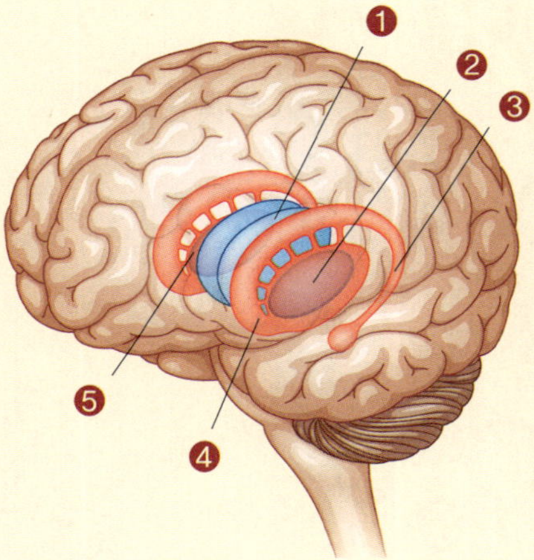

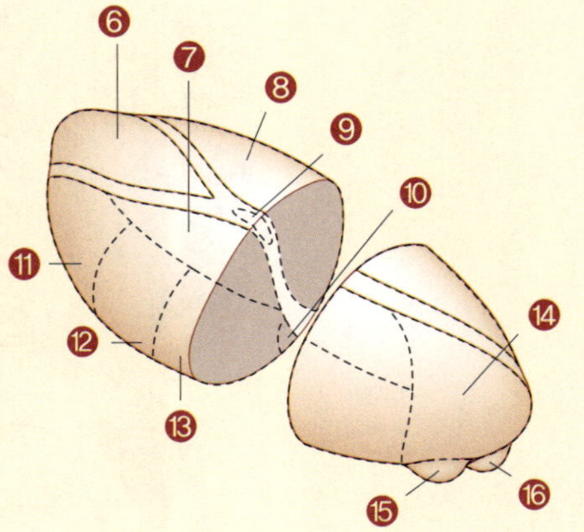

① ______________________ ② ______________________

③ ______________________ ④ ______________________

⑤ ______________________ ⑥ ______________________

⑦ ______________________ ⑧ ______________________

⑨ ______________________ ⑩ ______________________

⑪ ______________________ ⑫ ______________________

⑬ ______________________ ⑭ ______________________

⑮ ______________________ ⑯ ______________________

4-10 다음은 시상과 대뇌피질 간의 시상피질로이다. 대뇌와 시상 영역을 색칠한 후 각 번호(❶~⓫)에 적합한 명칭을 적고, 시상(• 부분)과 대뇌 영역 간을 선을 따라 서로 이어 보자.

[정답은 기본서 p. 82의 '그림 4-14' 참조]

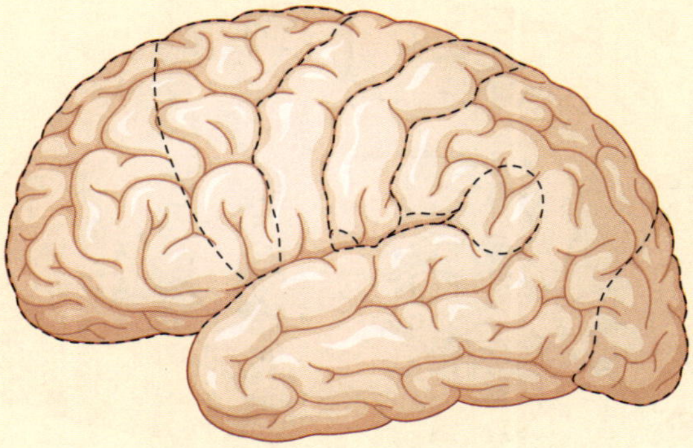

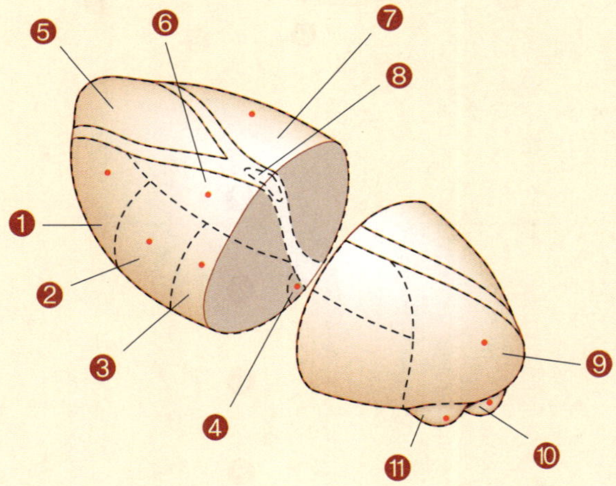

❶ ______ ❷ ______ ❸ ______

❹ ______ ❺ ______ ❻ ______

❼ ______ ❽ ______ ❾ ______

❿ ______ ⓫ ______

4-11 다음은 대뇌의 내측면 구조이다. 각 번호(❶~⑯)에 적합한 명칭을 적어 보자.

[정답은 기본서 p. 84의 '그림 4-15' 참조]

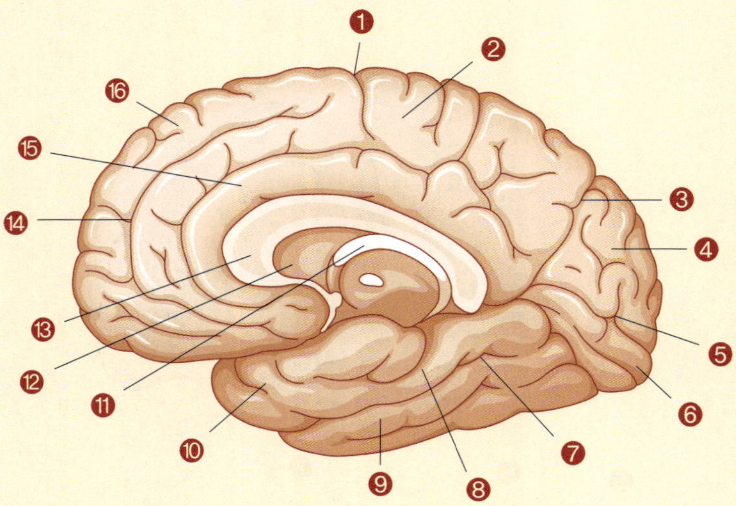

❶ ________________ ❷ ________________

❸ ________________ ❹ ________________

❺ ________________ ❻ ________________

❼ ________________ ❽ ________________

❾ ________________ ❿ ________________

⓫ ________________ ⓬ ________________

⓭ ________________ ⓮ ________________

⓯ ________________ ⓰ ________________

4-12 다음은 대뇌의 관상면 구조이다. 각 번호(❶~⓭)에 적합한 명칭을 적어 보자.

[정답은 기본서 p. 85의 '그림 4-16' 참조]

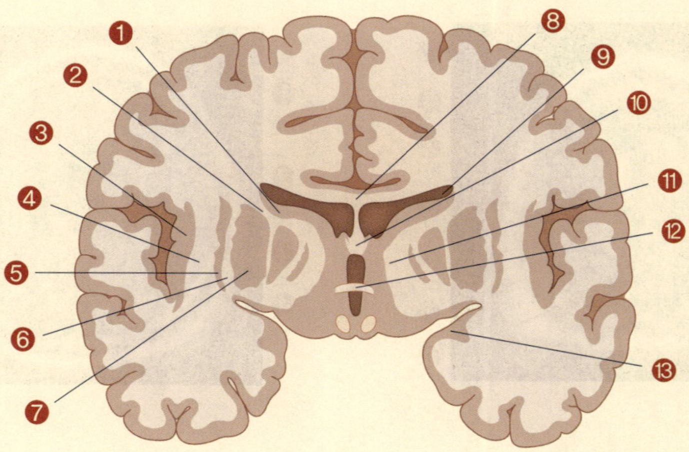

❶ ____________________ ❷ ____________________

❸ ____________________ ❹ ____________________

❺ ____________________ ❻ ____________________

❼ ____________________ ❽ ____________________

❾ ____________________ ❿ ____________________

⓫ ____________________ ⓬ ____________________

⓭ ____________________

4-13 다음은 B-MRI 단면들이다. 각 단면들에서 각 번호에 적합한 명칭을 적어 보자.

[정답은 기본서 pp. 86-97의 '그림 4-17~그림 4-35' 참조]

[축절면 제1단면]

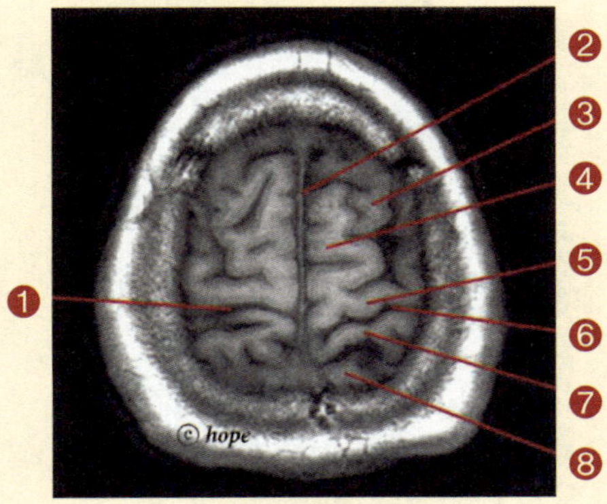

[축절면 제2단면]

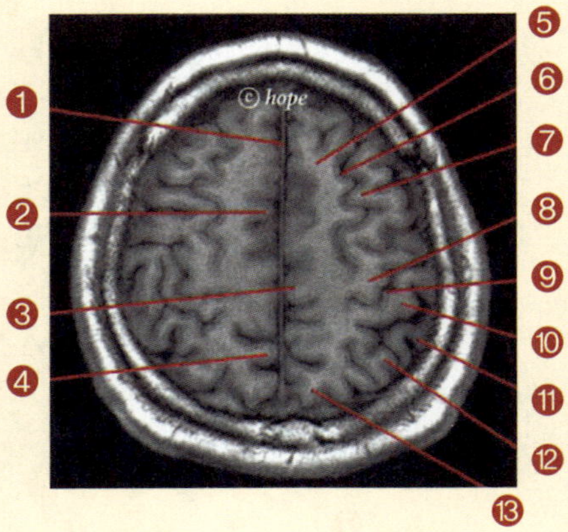

[축절면 제1단면]

1. ______________________
2. ______________________
3. ______________________
4. ______________________
5. ______________________
6. ______________________
7. ______________________
8. ______________________

[축절면 제2단면]

1. ______________________
2. ______________________
3. ______________________
4. ______________________
5. ______________________
6. ______________________
7. ______________________
8. ______________________
9. ______________________
10. ______________________
11. ______________________
12. ______________________
13. ______________________

[축절면 제3단면]

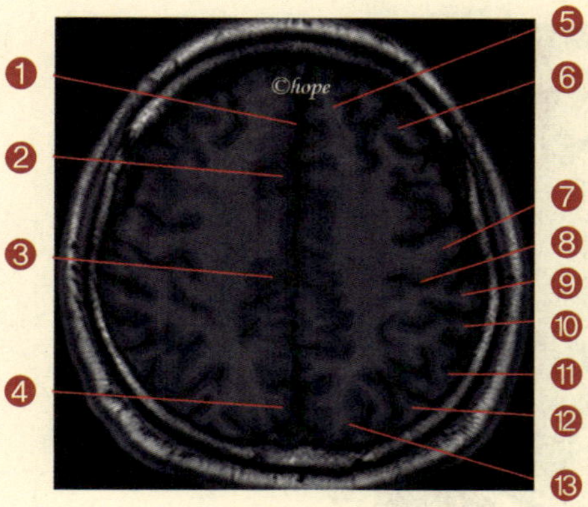

[축절면 제4단면]

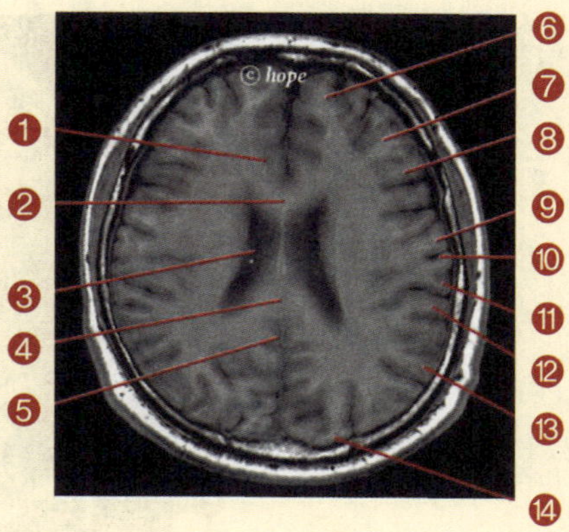

❶ ______
❷ ______
❸ ______
❹ ______
❺ ______
❻ ______
❼ ______
❽ ______
❾ ______
❿ ______
⓫ ______
⓬ ______
⓭ ______

❶ ______
❷ ______
❸ ______
❹ ______
❺ ______
❻ ______
❼ ______
❽ ______
❾ ______
❿ ______
⓫ ______
⓬ ______
⓭ ______
⓮ ______

[축절면 제5단면]

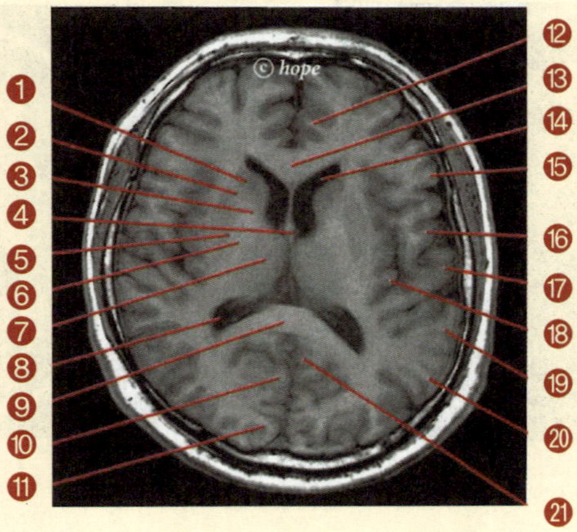

1 ______________________ 2 ______________________

3 ______________________ 4 ______________________

5 ______________________ 6 ______________________

7 ______________________ 8 ______________________

9 ______________________ 10 ______________________

11 ______________________ 12 ______________________

13 ______________________ 14 ______________________

15 ______________________ 16 ______________________

17 ______________________ 18 ______________________

19 ______________________ 20 ______________________

21 ______________________

[축절면 제6단면]

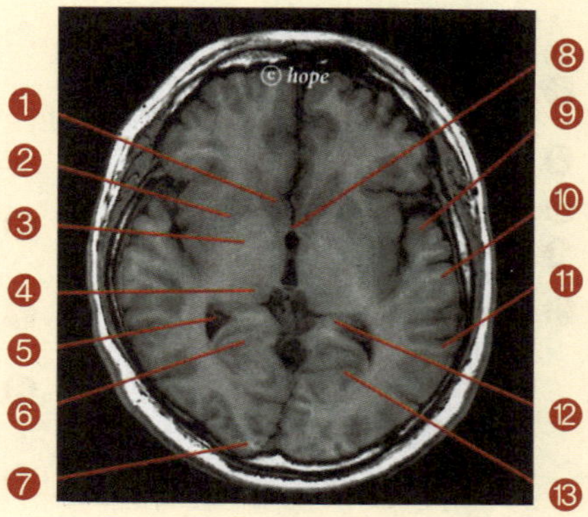

[축절면 제7단면]

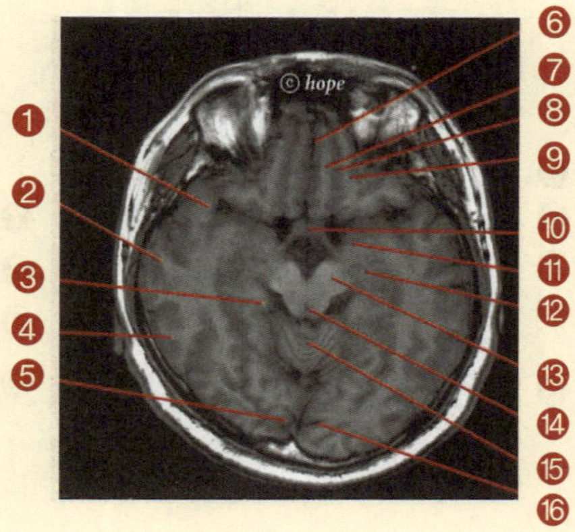

[축절면 제6단면]

1. ______________________
2. ______________________
3. ______________________
4. ______________________
5. ______________________
6. ______________________
7. ______________________
8. ______________________
9. ______________________
10. ______________________
11. ______________________
12. ______________________
13. ______________________

[축절면 제7단면]

1. ______________________
2. ______________________
3. ______________________
4. ______________________
5. ______________________
6. ______________________
7. ______________________
8. ______________________
9. ______________________
10. ______________________
11. ______________________
12. ______________________
13. ______________________
14. ______________________
15. ______________________
16. ______________________

[축절면 제8단면]

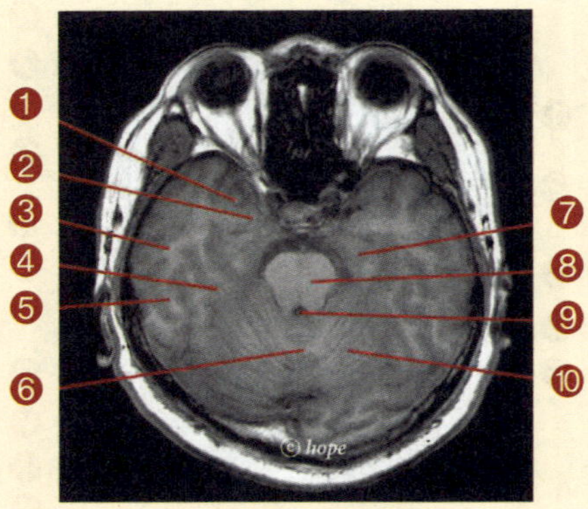

[축절면 제9단면]

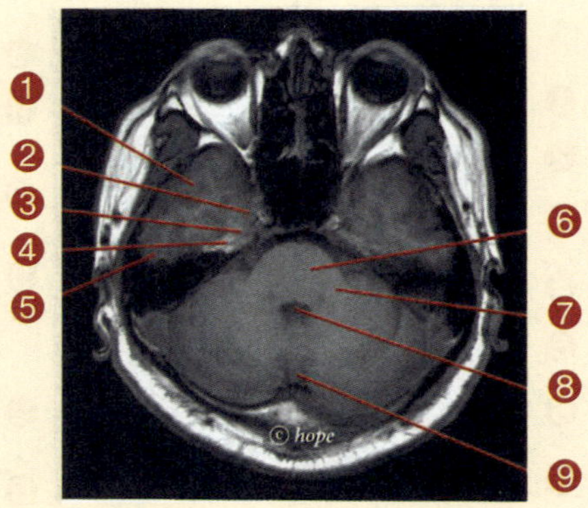

[축절면 제8단면]

❶ ____________________

❷ ____________________

❸ ____________________

❹ ____________________

❺ ____________________

❻ ____________________

❼ ____________________

❽ ____________________

❾ ____________________

❿ ____________________

[축절면 제9단면]

❶ ____________________

❷ ____________________

❸ ____________________

❹ ____________________

❺ ____________________

❻ ____________________

❼ ____________________

❽ ____________________

❾ ____________________

[축절면 제10단면]

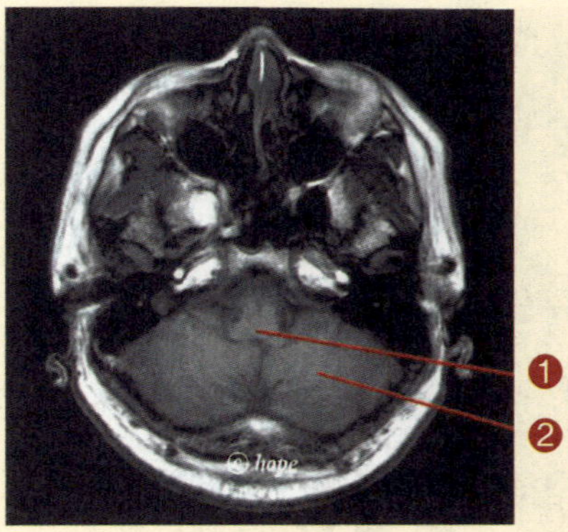

❶ ____________

❷ ____________

[축절면 제11단면]

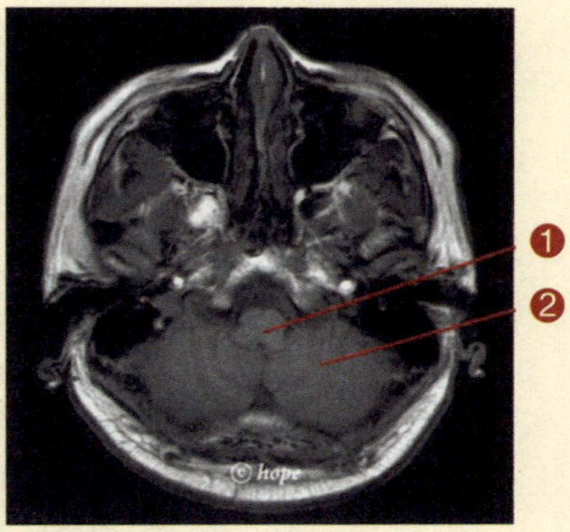

❶ ____________

❷ ____________

[정중시상면]

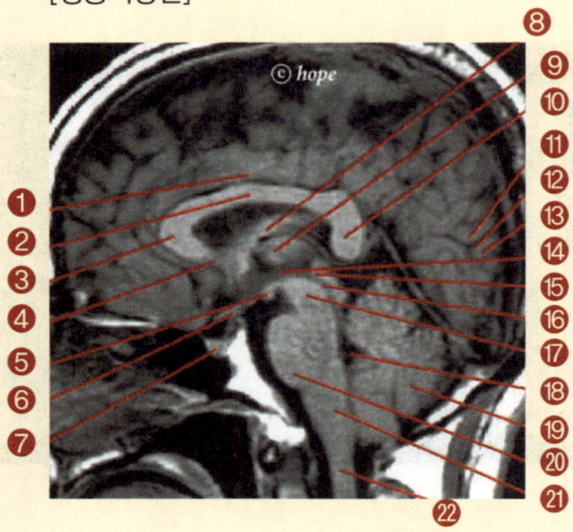

❶ ________________ ❷ ________________

❸ ________________ ❹ ________________

❺ ________________ ❻ ________________

❼ ________________ ❽ ________________

❾ ________________ ❿ ________________

⓫ ________________ ⓬ ________________

⓭ ________________ ⓮ ________________

⓯ ________________ ⓰ ________________

⓱ ________________ ⓲ ________________

⓳ ________________ ⓴ ________________

㉑ ________________ ㉒ ________________

[관상면 제1단면]

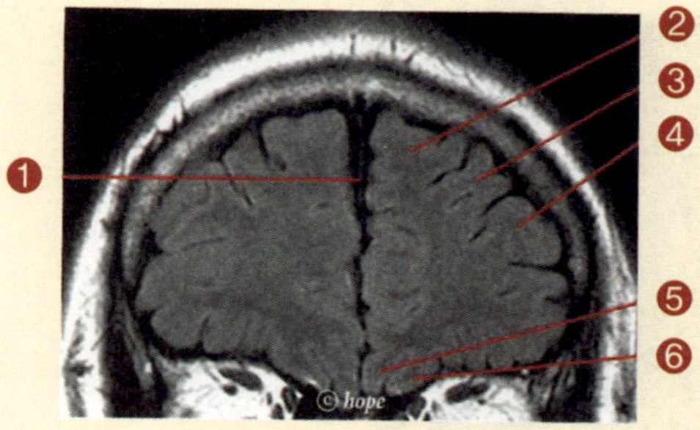

[관상면 제2단면]

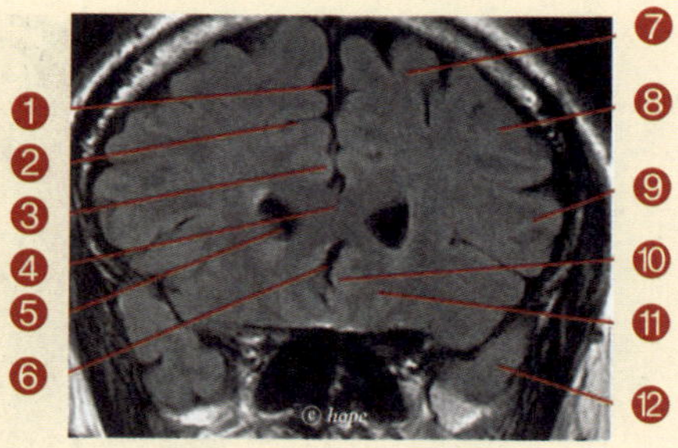

❶ ______________________

❷ ______________________

❸ ______________________

❹ ______________________

❺ ______________________

❻ ______________________

❶ ______________________

❷ ______________________

❸ ______________________

❹ ______________________

❺ ______________________

❻ ______________________

❼ ______________________

❽ ______________________

❾ ______________________

❿ ______________________

⓫ ______________________

⓬ ______________________

[관상면 제3단면]

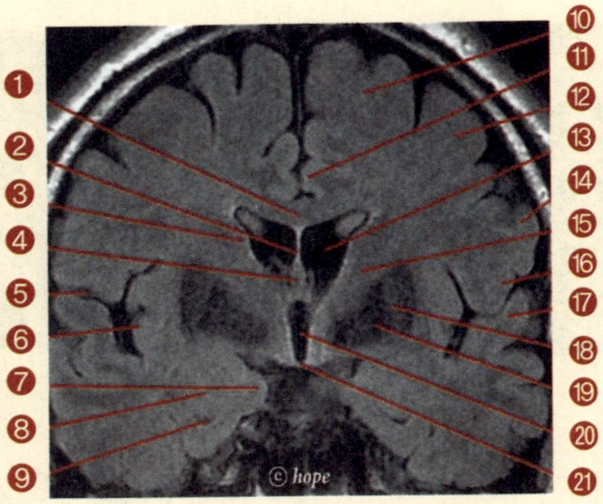

❶ ____________________ ❷ ____________________

❸ ____________________ ❹ ____________________

❺ ____________________ ❻ ____________________

❼ ____________________ ❽ ____________________

❾ ____________________ ❿ ____________________

⓫ ____________________ ⓬ ____________________

⓭ ____________________ ⓮ ____________________

⓯ ____________________ ⓰ ____________________

⓱ ____________________ ⓲ ____________________

⓳ ____________________ ⓴ ____________________

㉑ ____________________

[관상면 제4단면]

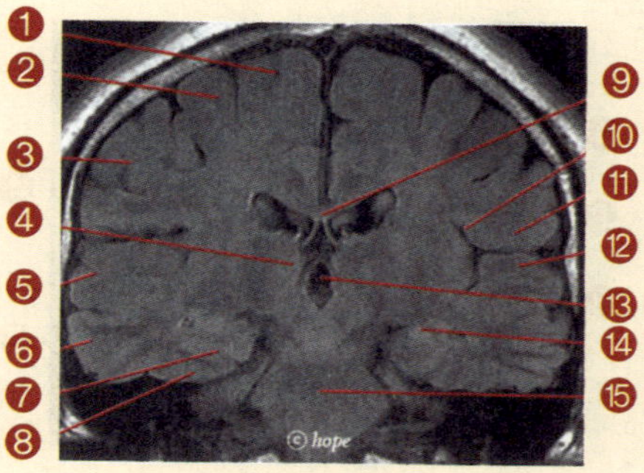

[관상면 제5단면]

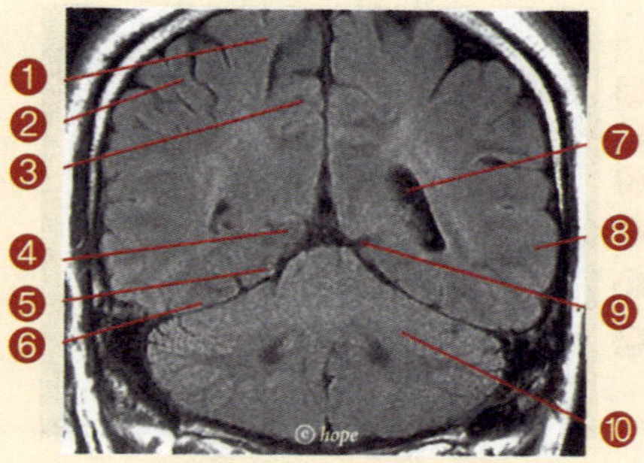

1. ______________________
2. ______________________
3. ______________________
4. ______________________
5. ______________________
6. ______________________
7. ______________________
8. ______________________
9. ______________________
10. ______________________
11. ______________________
12. ______________________
13. ______________________
14. ______________________
15. ______________________

1. ______________________
2. ______________________
3. ______________________
4. ______________________
5. ______________________
6. ______________________
7. ______________________
8. ______________________
9. ______________________
10. ______________________

[관상면 제6단면]

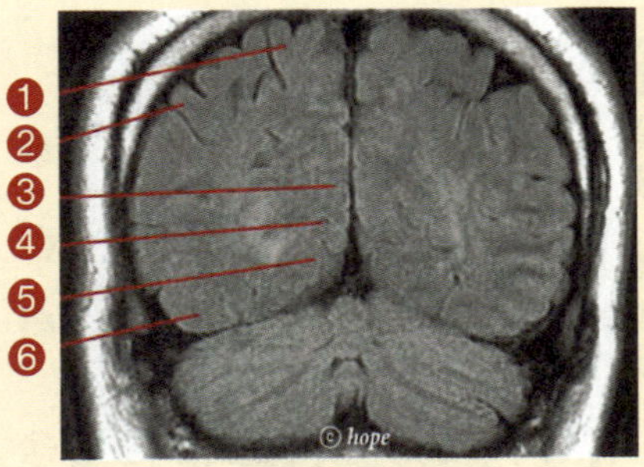

[관상면 제7단면]

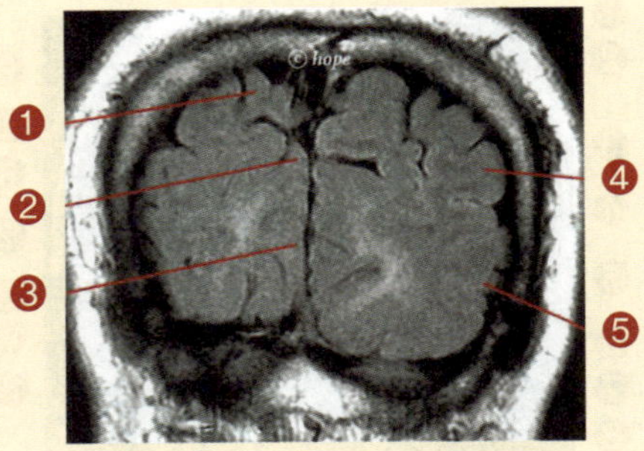

❶ ______________________

❷ ______________________

❸ ______________________

❹ ______________________

❺ ______________________

❻ ______________________

❶ ______________________

❷ ______________________

❸ ______________________

❹ ______________________

❺ ______________________

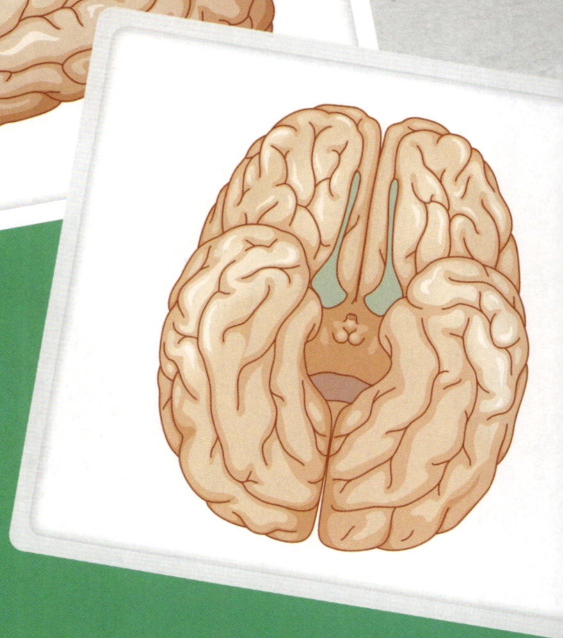

제 5 장

대뇌의 기능적 구조

5-1 다음은 브로드만영역 지도이다. ○로 표시된 부분들에 각 브로드만영역 번호를 적어 보자.

[정답은 기본서 p. 114의 '그림 5-2' 참조]

A. 외측면

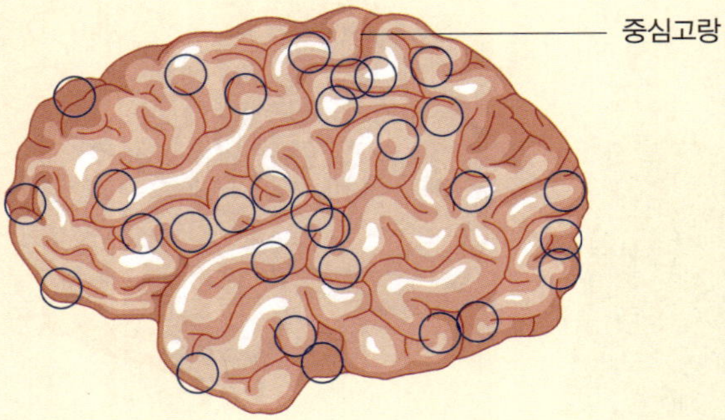

B. 내측면

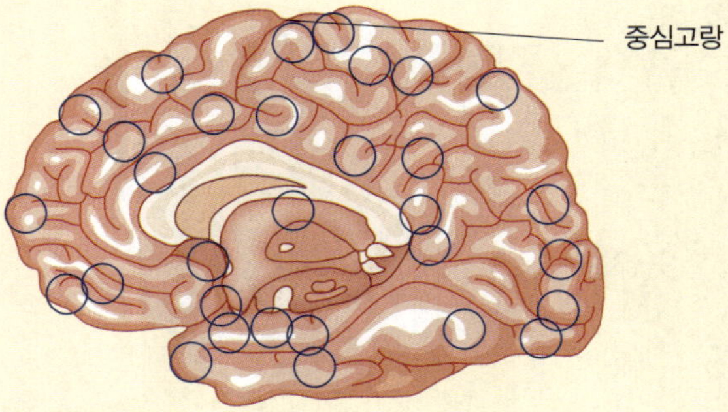

C. 기저면

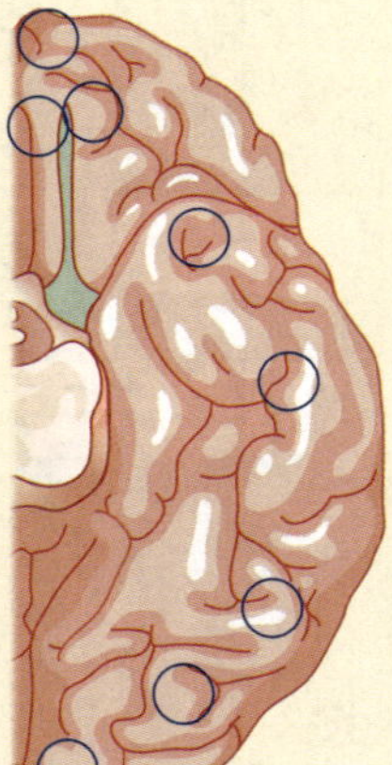

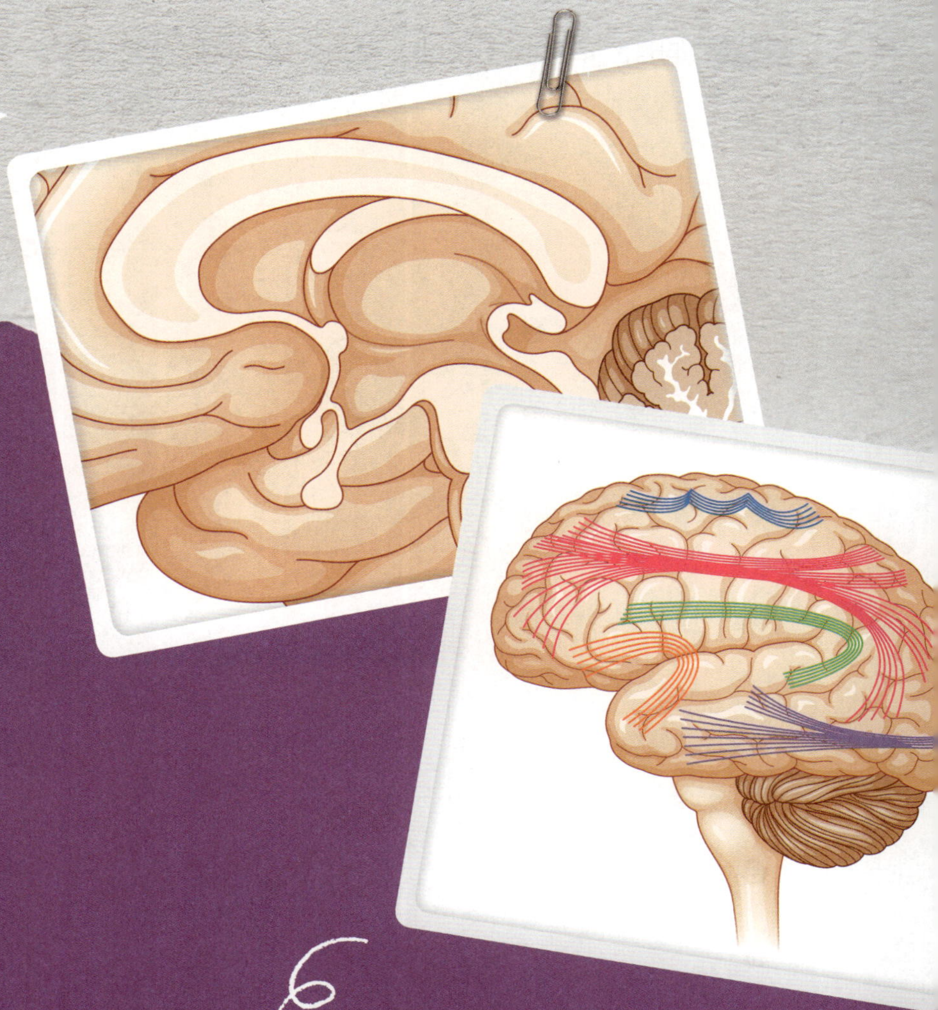

제 6 장

뇌의 섬유다발

6-1 다음은 교련섬유 구조이다. 각 번호(❶~❻)에 적합한 명칭을 적어 보자.

[정답은 기본서 p. 147의 '그림 6-1' 참조]

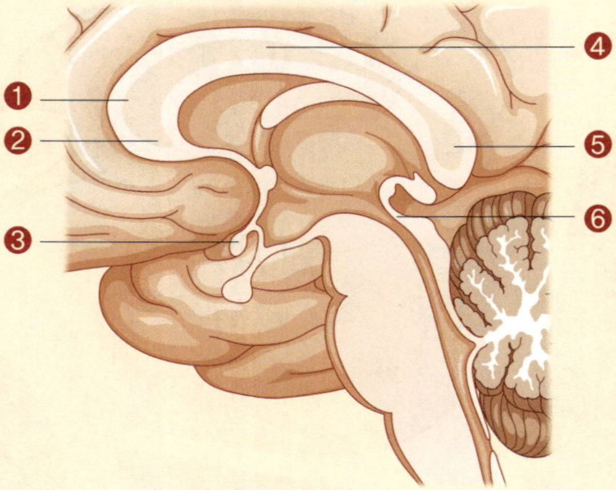

❶ ____________________ ❷ ____________________

❸ ____________________ ❹ ____________________

❺ ____________________ ❻ ____________________

6-2 다음은 연합섬유 구조이다. 각 번호(❶~❻)에 적합한 명칭을 적어 보자.

[정답은 기본서 p. 149의 '그림 6-3' 참조]

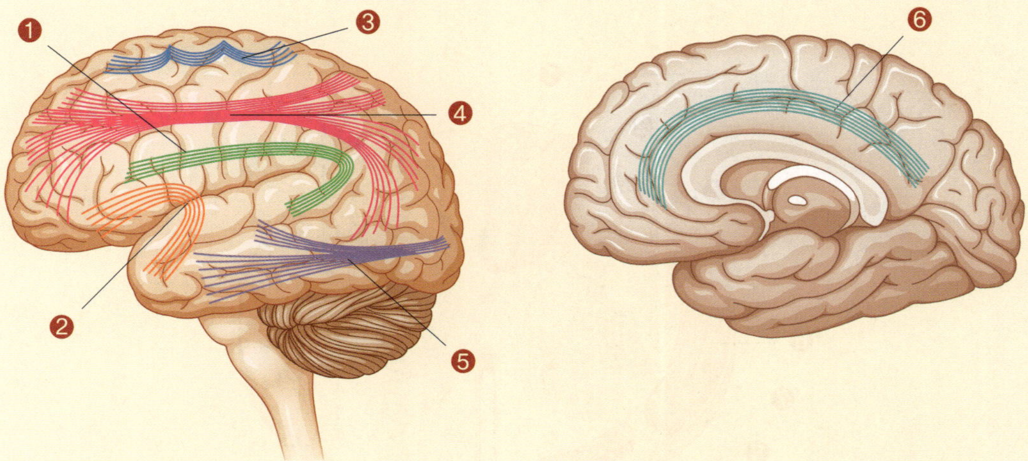

❶ ____________________ ❷ ____________________

❸ ____________________ ❹ ____________________

❺ ____________________ ❻ ____________________

6-3 다음은 척수 감각신경로의 섬유다발 구조이다. 각 번호(❶~❿)에 적합한 명칭을 적어 보자.

[정답은 기본서 p. 152의 '그림 6-6' 참조]

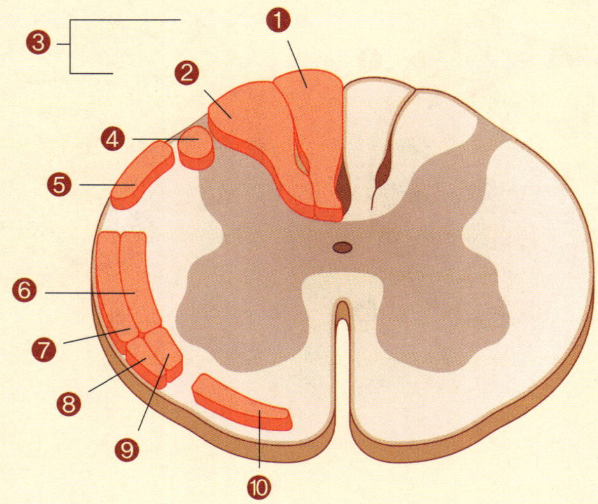

❶ ______________________ ❷ ______________________

❸ ______________________ ❹ ______________________

❺ ______________________ ❻ ______________________

❼ ______________________ ❽ ______________________

❾ ______________________ ❿ ______________________

6-4 다음은 대뇌피질 일차운동영역부터의 운동섬유 구조이다. 각 번호(❶~❹)에 적합한 명칭을 적고, 대뇌피질(• 부분)과 피질하영역 간을 선으로 이어 보자.

[정답은 기본서 p. 153의 '그림 6-7' 참조]

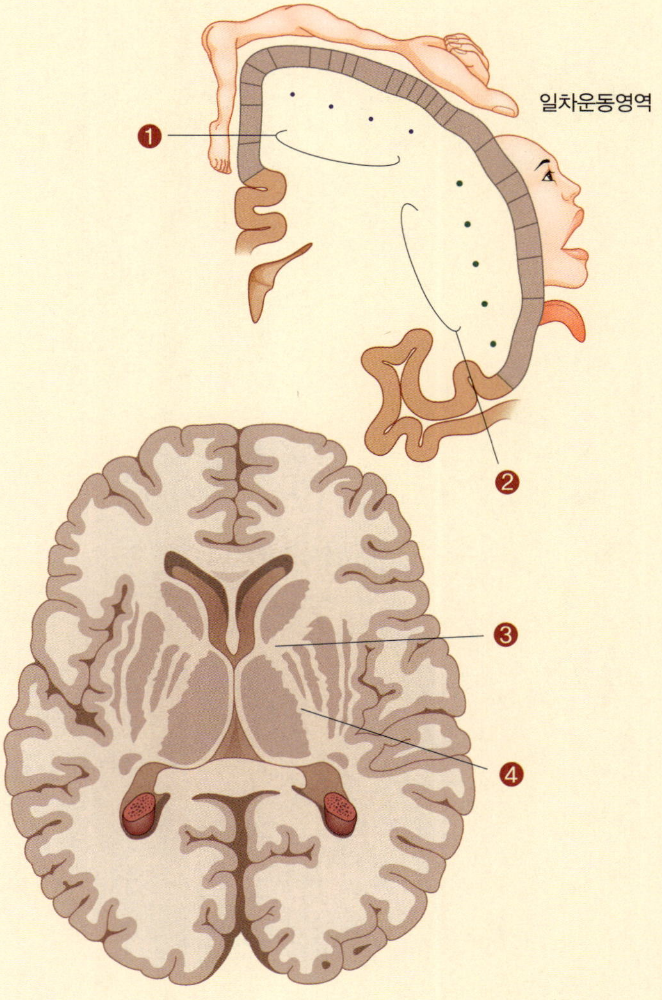

❶ ____________________ ❷ ____________________

❸ ____________________ ❹ ____________________

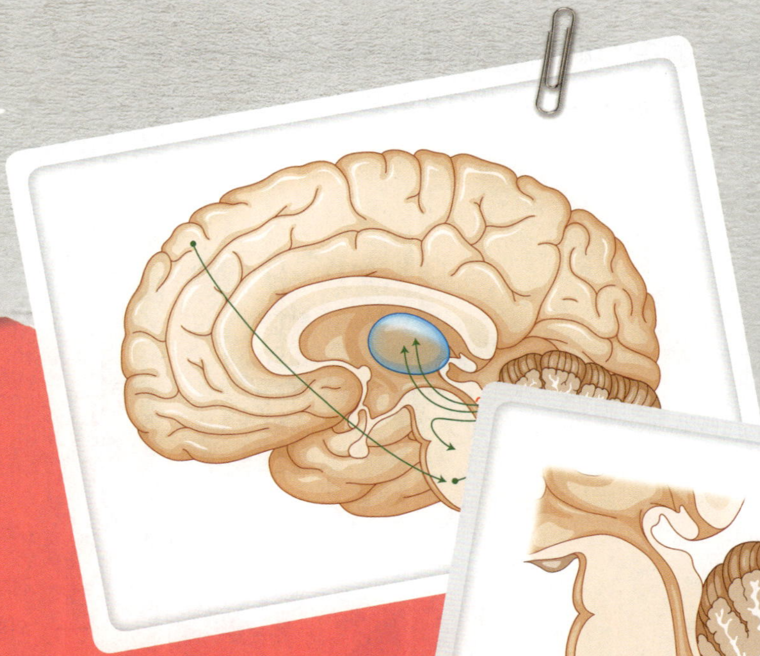

제 7 장

뇌의 운동신경로

7-1 다음은 피질척수로(전피질척수로, 외측피질척수로)와 피질뇌간로이다. 피질(• 점)로부터 뇌간이나 척수까지 이어 보자.

[정답은 기본서 p. 161의 '그림 7-1' 참조]

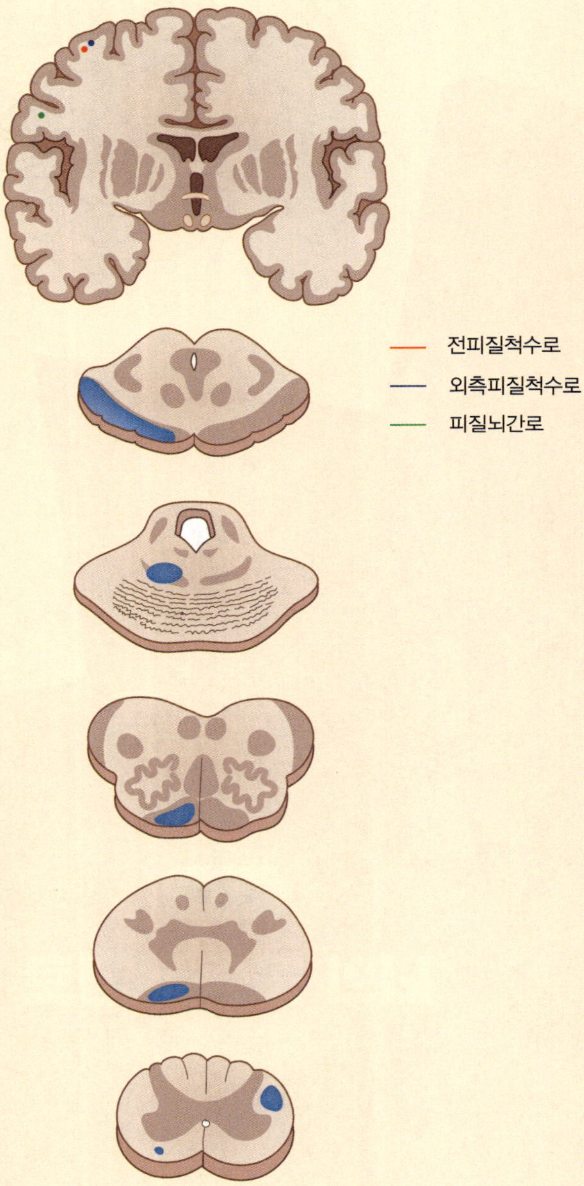

7-2 다음은 기저핵과 인접 구조의 기능적 연결이다. 각 번호(❶~❼)에 적합한 명칭을 적고, 대뇌피질과 피질하 구조, 뇌간 간의 직접경로 및 간접경로를 점들로부터 선으로 이어 보자.

[정답은 기본서 p. 168의 '그림 7-3' 참조]

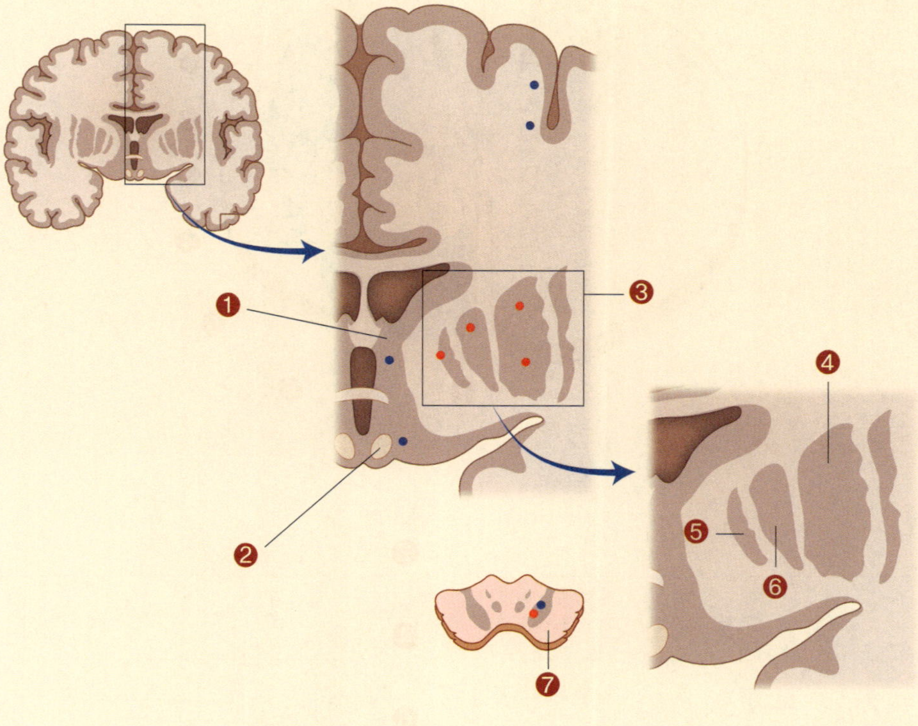

❶ ____________________ ❷ ____________________

❸ ____________________ ❹ ____________________

❺ ____________________ ❻ ____________________

❼ ____________________

7-3 다음은 척수에 위치한 추체외로의 섬유다발이다. 각 번호(❶~❼)에 적합한 명칭을 적어 보자.

[정답은 기본서 p. 171의 '그림 7-4' 참조]

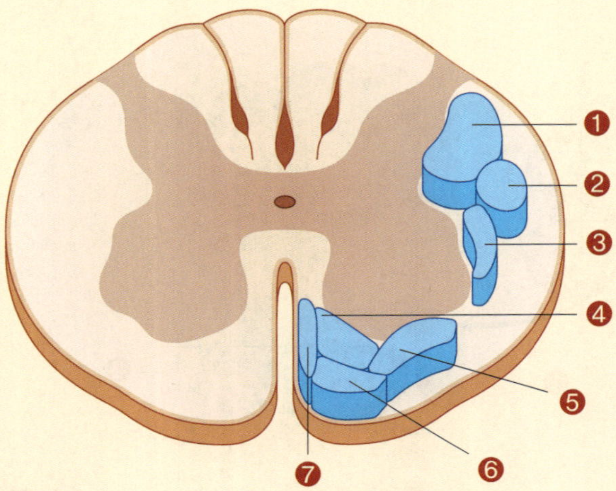

❶ ______________________ ❷ ______________________

❸ ______________________ ❹ ______________________

❺ ______________________ ❻ ______________________

❼ ______________________

7-4 다음은 소뇌와 인접 구조의 위치적 관계를 나타낸 그림이다. 각 번호(❶~❿)에 적합한 명칭을 적어 보자.

[정답은 기본서 p. 172의 '그림 7-5' 참조]

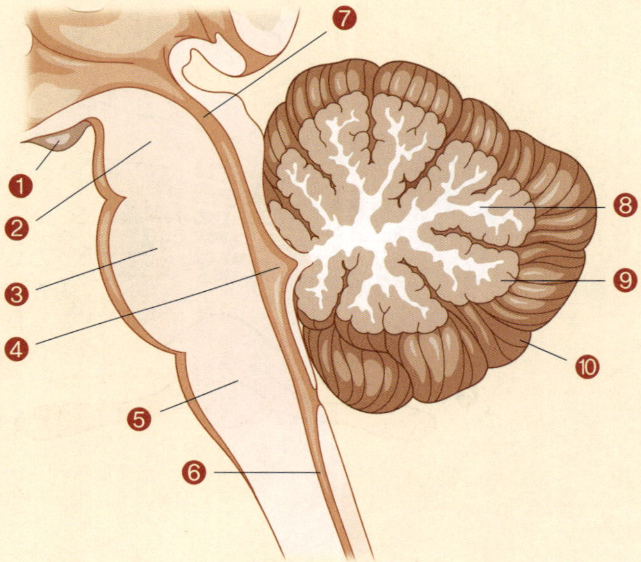

❶ ______________ ❷ ______________

❸ ______________ ❹ ______________

❺ ______________ ❻ ______________

❼ ______________ ❽ ______________

❾ ______________ ❿ ______________

7–5 다음은 소뇌의 단면 구조이다. 각 번호(❶~❾)에 적합한 명칭을 적어 보자.

[정답은 기본서 p. 173의 '그림 7–6' 참조]

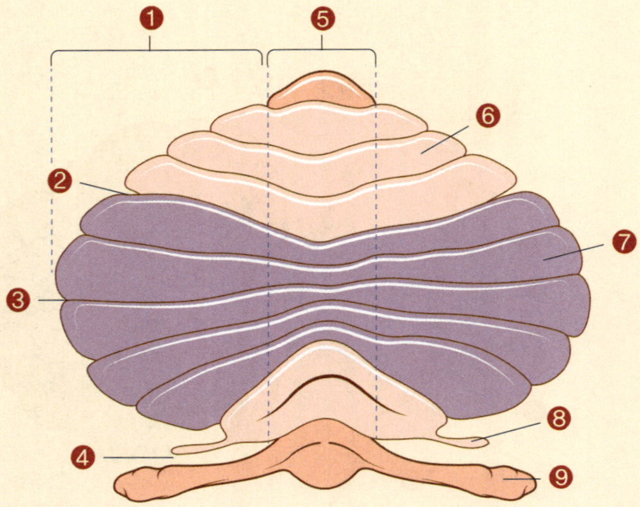

❶ ______________________

❷ ______________________

❸ ______________________

❹ ______________________

❺ ______________________

❻ ______________________

❼ ______________________

❽ ______________________

❾ ______________________

7-6 다음은 대뇌피질과 인접 구조의 기능적 연결이다. 각 번호(❶~❾)에 적합한 명칭을 적고, 대뇌피질, 시상, 뇌간을 점들로부터 선으로 이어 보자.

[정답은 기본서 p. 175의 '그림 7-8' 참조]

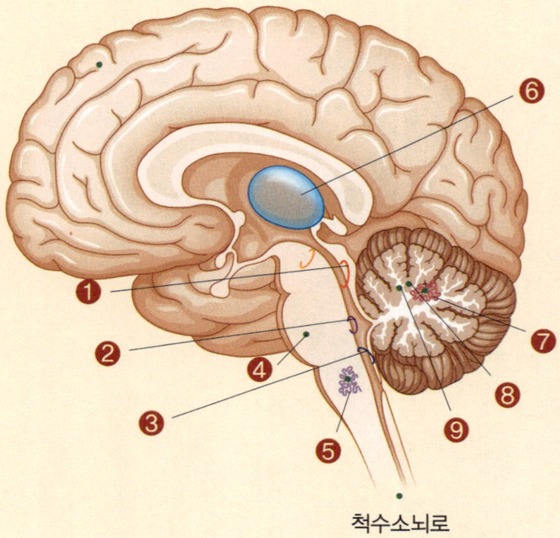

❶ ______________________ ❷ ______________________

❸ ______________________ ❹ ______________________

❺ ______________________ ❻ ______________________

❼ ______________________ ❽ ______________________

❾ ______________________

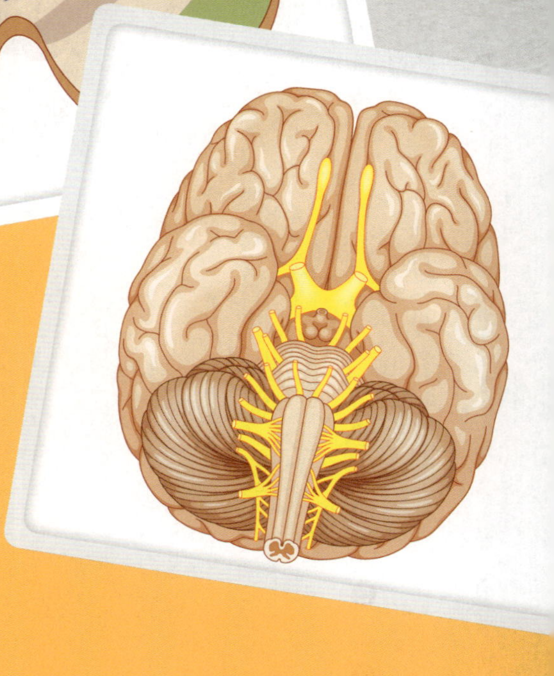

제 8 장

뇌간과 뇌신경

8-1 다음은 상구 단계의 중뇌 수평면이다. 각 번호(❶~⓬)에 적합한 명칭을 적어 보자.

[정답은 기본서 p. 189의 '그림 8-3' 참조]

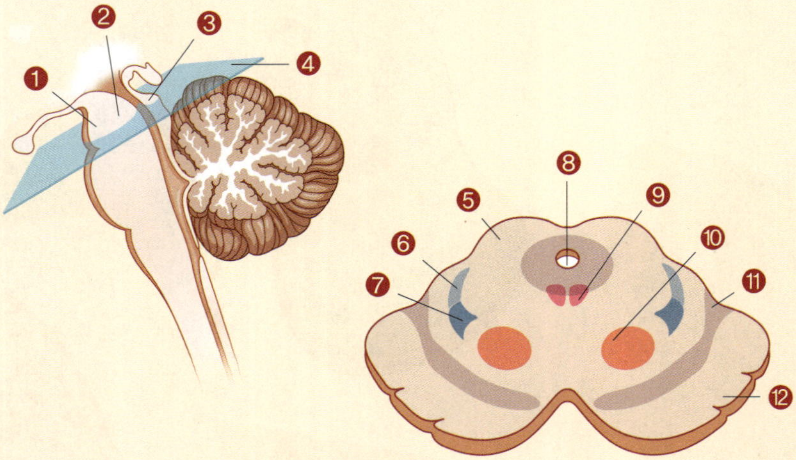

❶ ______________________ ❷ ______________________

❸ ______________________ ❹ ______________________

❺ ______________________ ❻ ______________________

❼ ______________________ ❽ ______________________

❾ ______________________ ❿ ______________________

⓫ ______________________ ⓬ ______________________

8-2 다음은 하구 단계의 중뇌 수평면이다. 각 번호(❶~❾)에 적합한 명칭을 적어 보자.

[정답은 기본서 p. 189의 '그림 8-4' 참조]

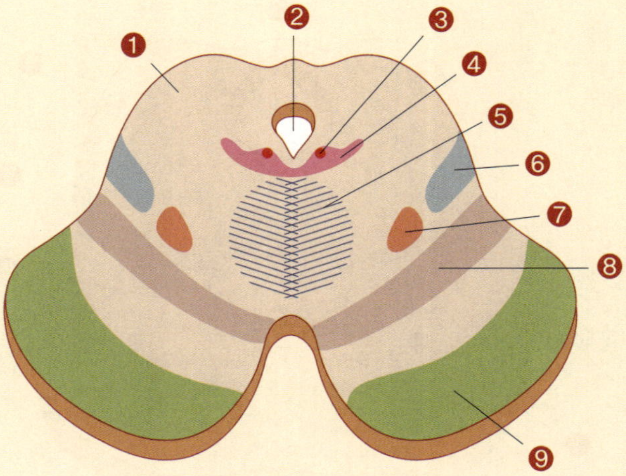

❶ ______________________ ❷ ______________________

❸ ______________________ ❹ ______________________

❺ ______________________ ❻ ______________________

❼ ______________________ ❽ ______________________

❾ ______________________

8-3 다음은 상뇌교 단계의 수평면이다. 각 번호(❶~❻)에 적합한 명칭을 적어 보자.

[정답은 기본서 p. 190의 '그림 8-5' 참조]

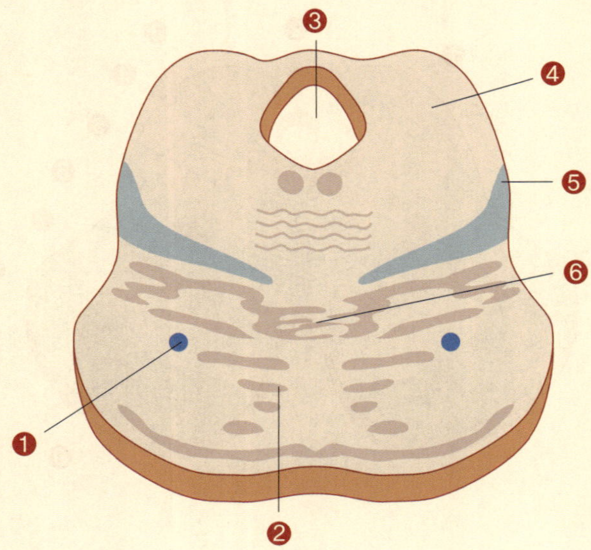

❶ ____________________ ❷ ____________________

❸ ____________________ ❹ ____________________

❺ ____________________ ❻ ____________________

8-4 다음은 중뇌교 단계의 수평면이다. 각 번호(❶~❾)에 적합한 명칭을 적어 보자.

[정답은 기본서 p. 191의 '그림 8-6' 참조]

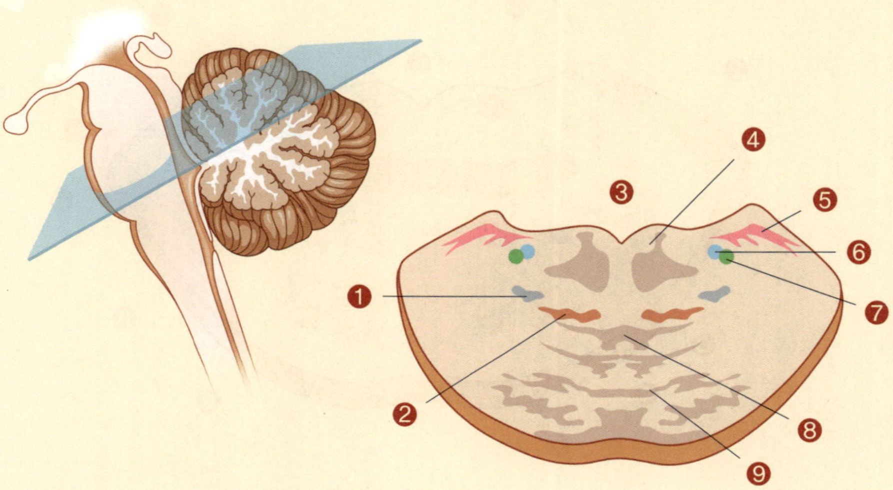

❶ ______________________ ❷ ______________________

❸ ______________________ ❹ ______________________

❺ ______________________ ❻ ______________________

❼ ______________________ ❽ ______________________

❾ ______________________

8-5 다음은 하뇌교 단계의 수평면이다. 각 번호(❶~⑫)에 적합한 명칭을 적어 보자.

[정답은 기본서 p. 192의 '그림 8-7' 참조]

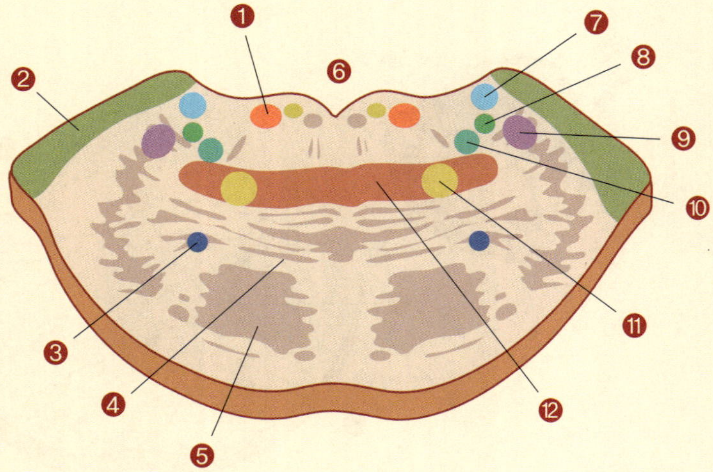

❶ ______________________ ❷ ______________________

❸ ______________________ ❹ ______________________

❺ ______________________ ❻ ______________________

❼ ______________________ ❽ ______________________

❾ ______________________ ❿ ______________________

⓫ ______________________ ⓬ ______________________

8-6 다음은 개방연수의 수평면이다. 각 번호(❶~⓫)에 적합한 명칭을 적어 보자.

[정답은 기본서 p. 193의 '그림 8-8' 참조]

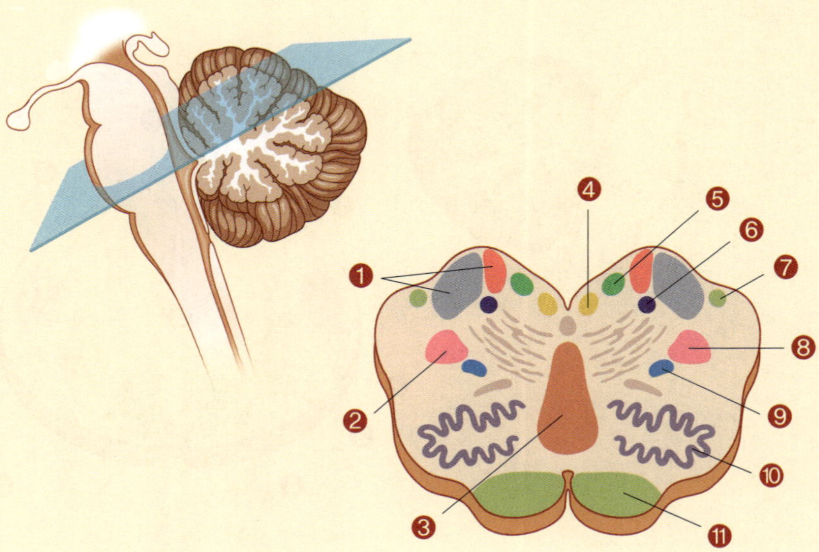

❶ ______________________ ❷ ______________________

❸ ______________________ ❹ ______________________

❺ ______________________ ❻ ______________________

❼ ______________________ ❽ ______________________

❾ ______________________ ❿ ______________________

⓫ ______________________

8-7 다음은 폐쇄연수의 수평면이다. 각 번호(❶~⑫)에 적합한 명칭을 적어 보자.

[정답은 기본서 p. 195의 '그림 8-9' 참조]

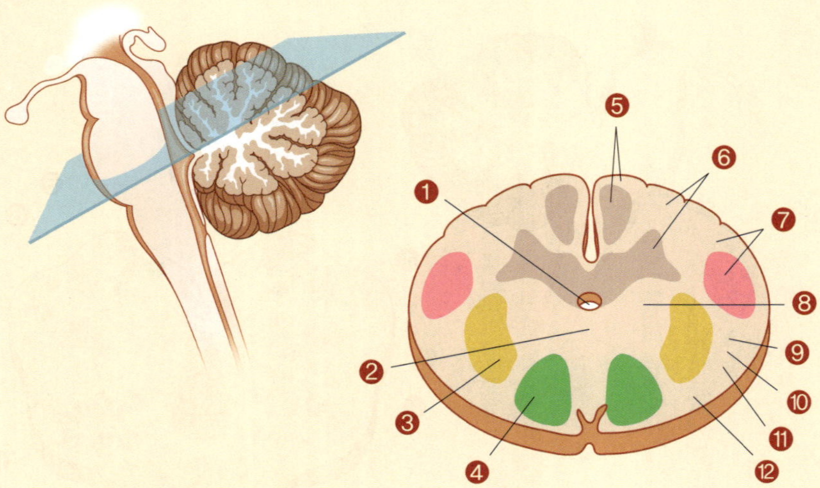

❶ ____________ ❷ ____________

❸ ____________ ❹ ____________

❺ ____________ ❻ ____________

❼ ____________ ❽ ____________

❾ ____________ ❿ ____________

⓫ ____________ ⓬ ____________

8-8 다음은 뇌신경핵군이다. 각 번호(❶~⑰)에 적합한 명칭을 적어 보자.

[정답은 기본서 p. 196의 '그림 8-10' 참조]

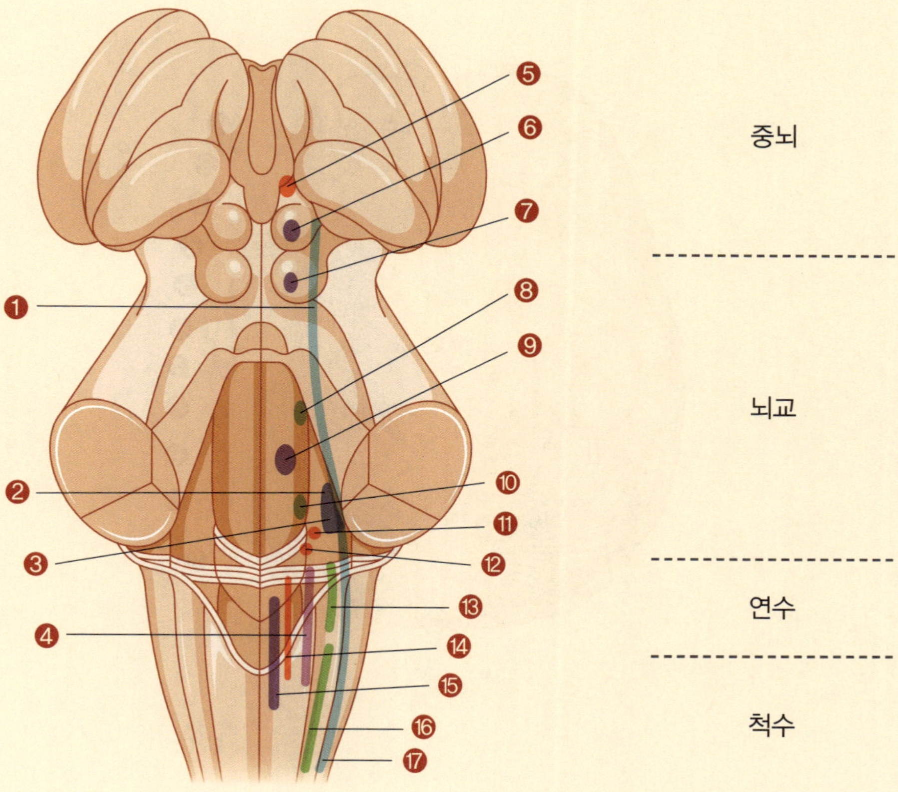

❶ ______ ❷ ______ ❸ ______

❹ ______ ❺ ______ ❻ ______

❼ ______ ❽ ______ ❾ ______

❿ ______ ⓫ ______ ⓬ ______

⓭ ______ ⓮ ______ ⓯ ______

⓰ ______ ⓱ ______

8-9 다음은 뇌신경의 나들목 위치이다. 각 번호(❶~⓬)에 적합한 뇌신경 번호와 명칭을 적어 보자.

[정답은 기본서 p. 199의 '그림 8-11' 참조]

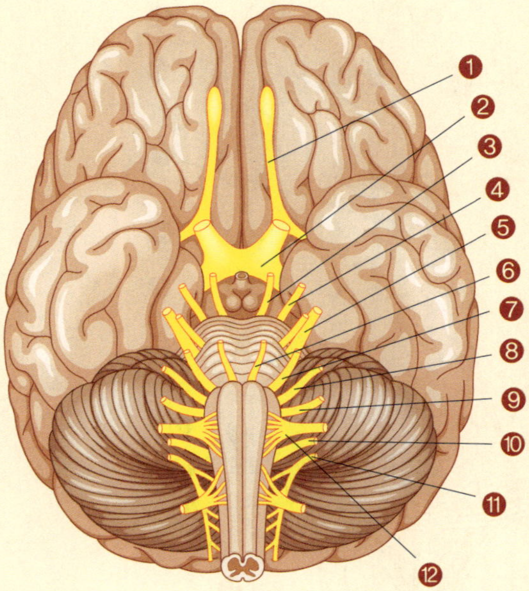

❶ ____________________ ❷ ____________________

❸ ____________________ ❹ ____________________

❺ ____________________ ❻ ____________________

❼ ____________________ ❽ ____________________

❾ ____________________ ❿ ____________________

⓫ ____________________ ⓬ ____________________

8-10 다음은 10번 미주신경의 경로이다. 각 번호(❶~⓬)에 적합한 명칭을 적어 보자.

[정답은 기본서 p. 209의 '그림 8-16' 참조]

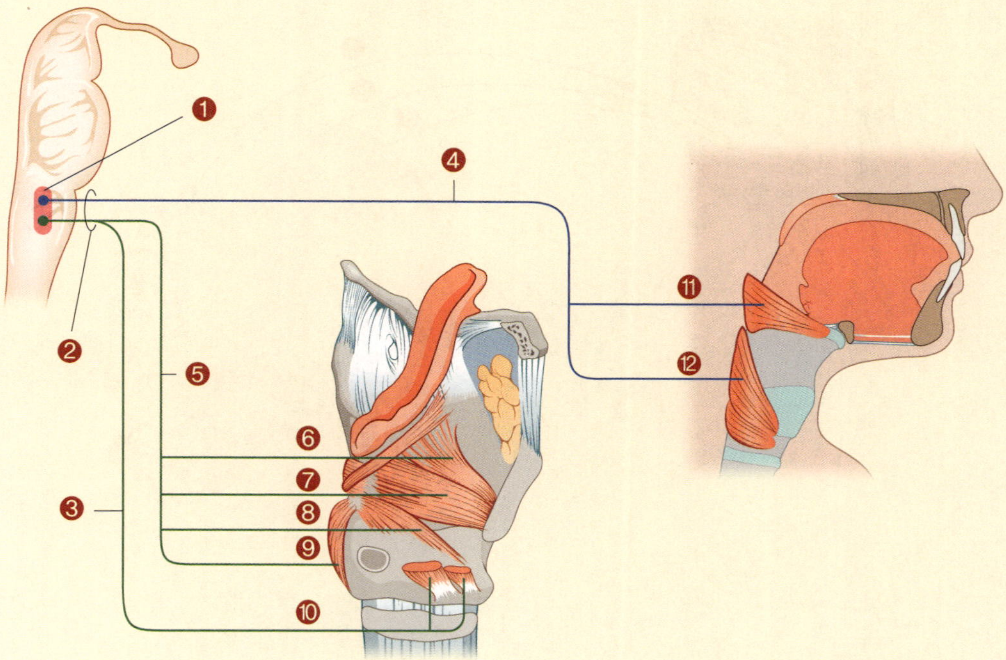

❶ ______________________ ❷ ______________________

❸ ______________________ ❹ ______________________

❺ ______________________ ❻ ______________________

❼ ______________________ ❽ ______________________

❾ ______________________ ❿ ______________________

⓫ ______________________ ⓬ ______________________

8-11 다음은 5번 삼차신경의 경로이다. 각 번호(❶~❸)에 적합한 명칭을 적어 보자.

[정답은 기본서 p. 211의 '그림 8-17' 참조]

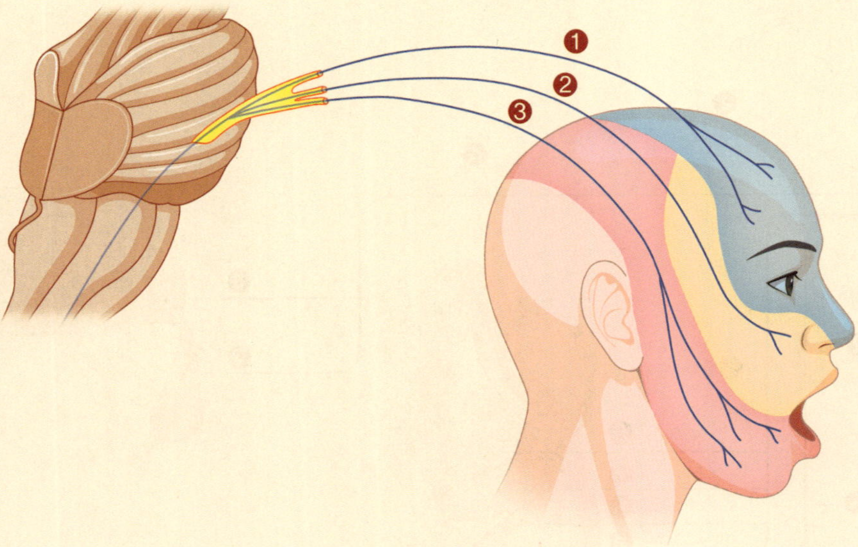

❶ ______________________ ❷ ______________________

❸ ______________________

8-12 다음은 7번 안면신경 운동기능의 경로이다. 실선과 점선을 분리하여 선을 이어 보자.

[정답은 기본서 p. 213의 '그림 8-18' 참조]

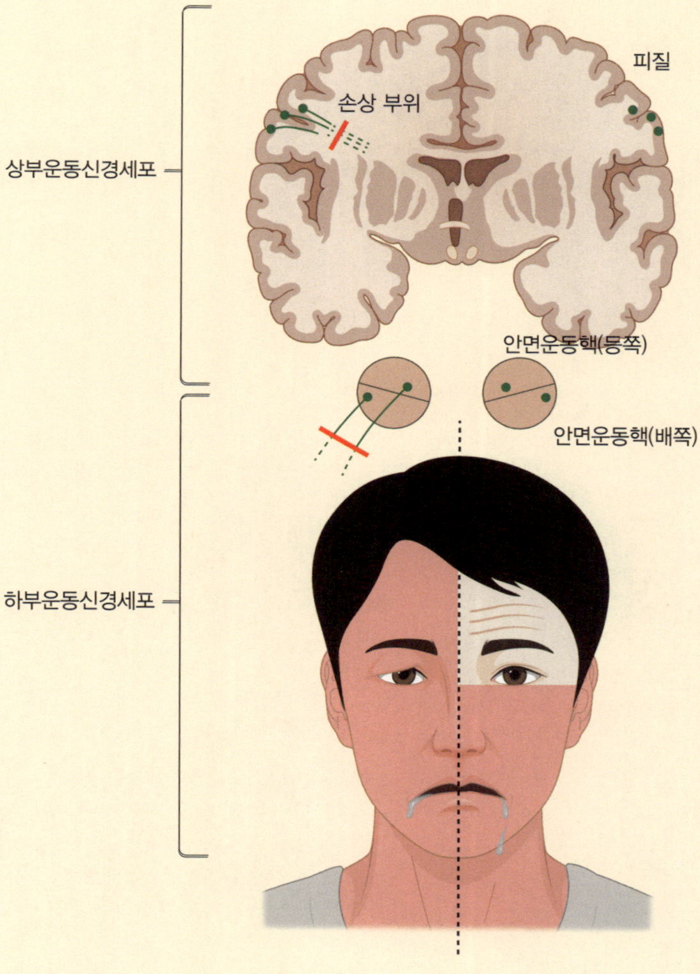

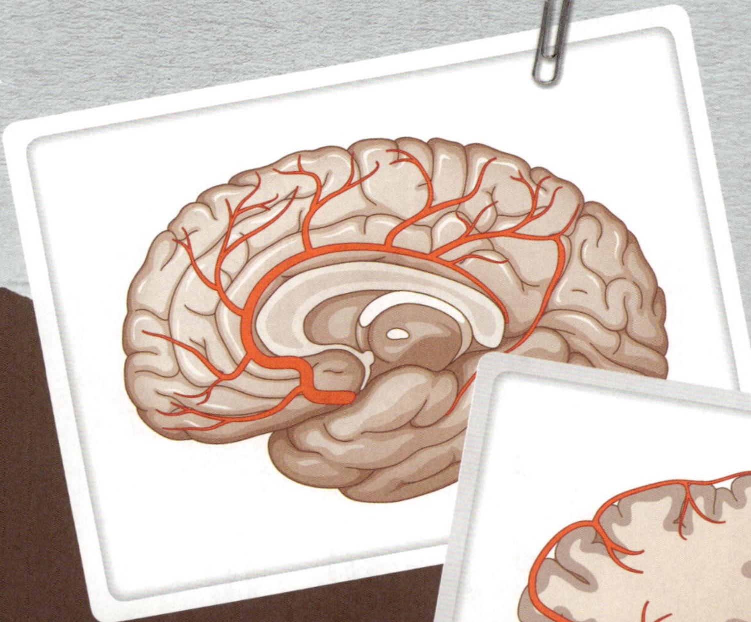

제 9 장

뇌혈관체계

9-1 다음 경동맥계 구조에서 각 번호(❶~❼)에 적합한 세부 명칭을 적어 보자.

[정답은 기본서 p. 245의 '그림 9-1' 참조]

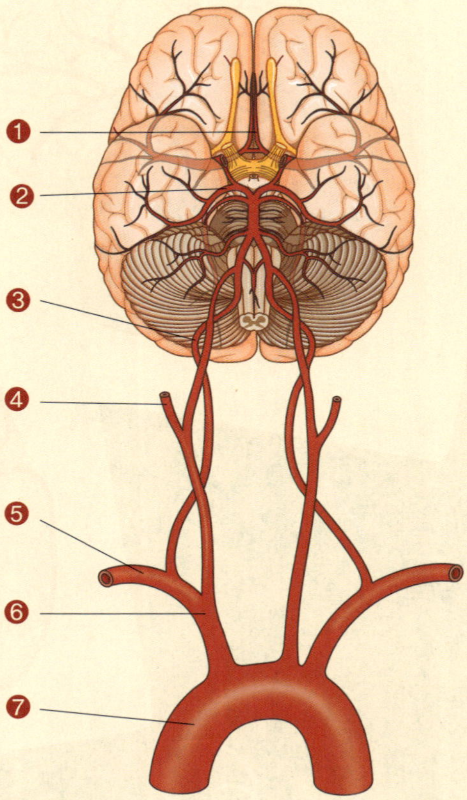

❶ ______________________ ❷ ______________________

❸ ______________________ ❹ ______________________

❺ ______________________ ❻ ______________________

❼ ______________________

9–2 다음 대뇌동맥의 혈관지도에 세 가지 '뇌동맥(전대뇌동맥, 중대뇌동맥, 후대뇌동맥)'을 색칠해 보자.

[정답은 기본서 p. 246의 '그림 9–3' 참조]

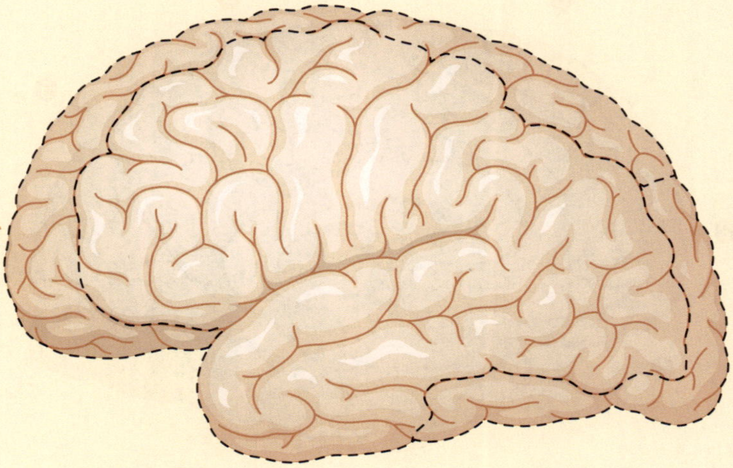

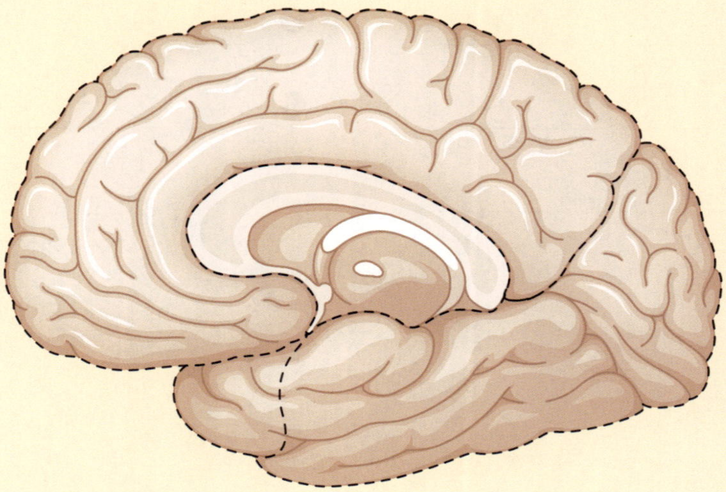

9-3 다음 전대뇌동맥의 분포에서 각 가지를 선 따라 그려 보고, 각 번호(❶~❺)에 적합한 세부 명칭을 적어 보자.

[정답은 기본서 p. 247의 '그림 9-4' 참조]

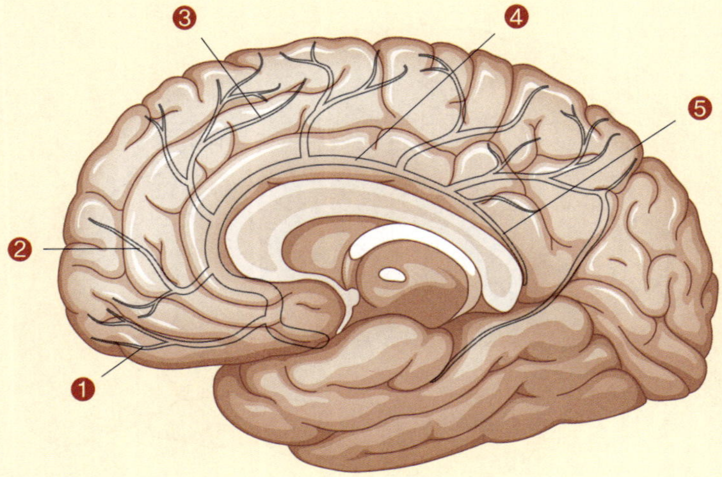

❶ ____________________ ❷ ____________________

❸ ____________________ ❹ ____________________

❺ ____________________

9-4 다음 중대뇌동맥의 분포에서 각 가지를 선 따라 그려 보고, 각 번호(❶~⓬)에 적합한 세부 명칭을 적어 보자.

[정답은 기본서 p. 248의 '그림 9-5' 참조]

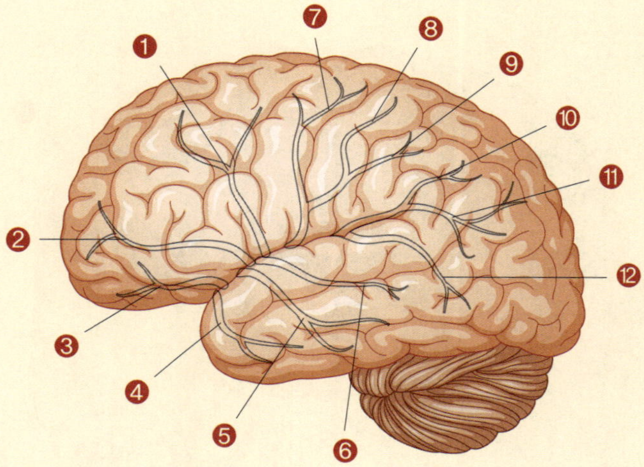

❶ ______________________ ❷ ______________________

❸ ______________________ ❹ ______________________

❺ ______________________ ❻ ______________________

❼ ______________________ ❽ ______________________

❾ ______________________ ❿ ______________________

⓫ ______________________ ⓬ ______________________

9-5 다음 중대뇌동맥의 분포에서 각 분절을 선 따라 그려 보고, 각 번호(❶~❹)에 적합한 세부 명칭을 적어 보자.

[정답은 기본서 p. 249의 '그림 9-6' 참조]

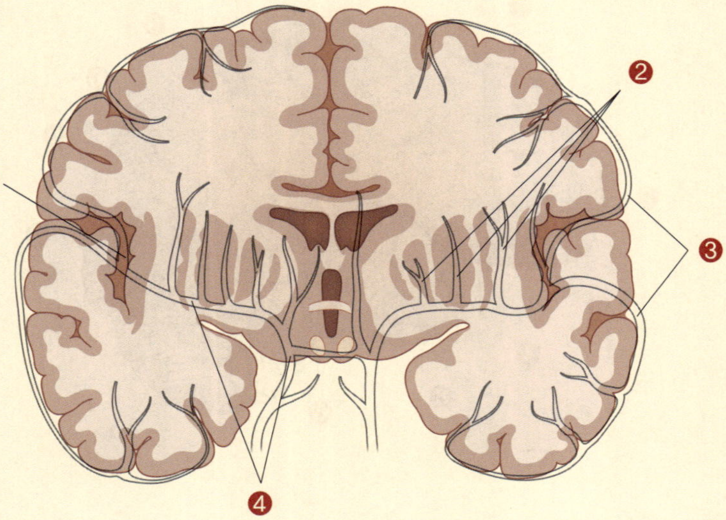

❶ ______________ ❷ ______________

❸ ______________ ❹ ______________

9-6 다음 추골-뇌저동맥계 구조에서 각 번호(❶~❾)에 적합한 세부 명칭을 적어 보자.

[정답은 기본서 p. 250의 '그림 9-7' 참조]

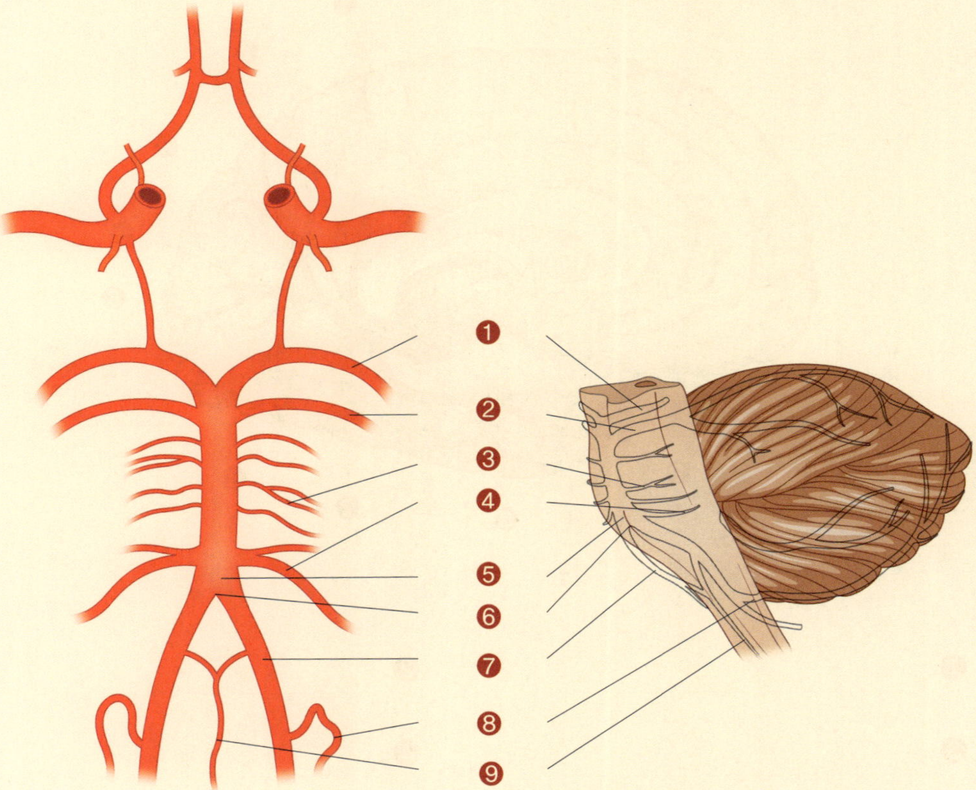

❶ ______________________

❷ ______________________

❸ ______________________

❹ ______________________

❺ ______________________

❻ ______________________

❼ ______________________

❽ ______________________

❾ ______________________

9–7 다음 후대뇌동맥의 분포에서 각 번호(❶~❾)에 적합한 세부 명칭을 적어 보자.

[정답은 기본서 p. 251의 '그림 9–8' 참조]

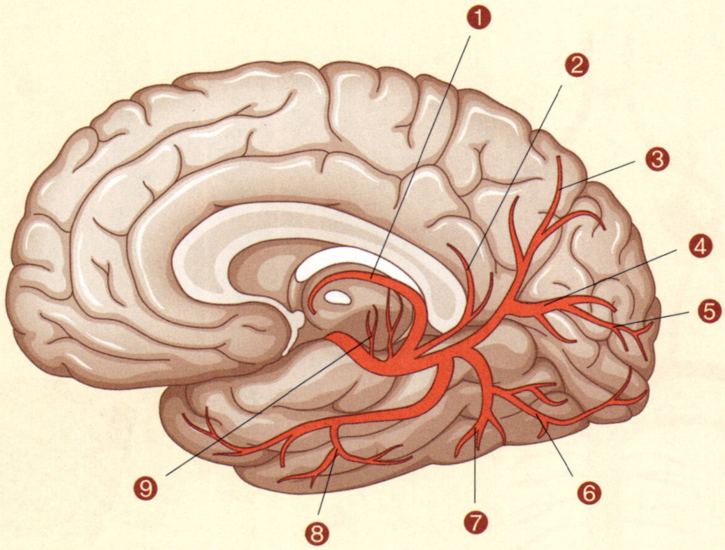

❶ ______________________

❷ ______________________

❸ ______________________

❹ ______________________

❺ ______________________

❻ ______________________

❼ ______________________

❽ ______________________

❾ ______________________

9-8 다음 윌리스 환 구조에서 각 번호(❶~❺)에 적합한 세부 명칭을 적어 보자.

[정답은 기본서 p. 252의 '그림 9-9' 참조]

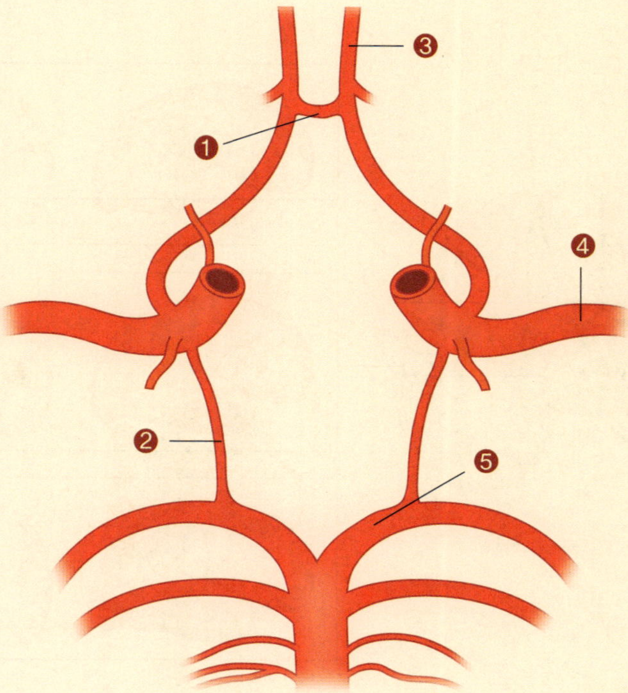

❶ ____________________ ❷ ____________________

❸ ____________________ ❹ ____________________

❺ ____________________

9-9 다음 중대뇌동맥 구조에서 피질분절을 선 따라 그려 보고, 혈관경색의 위치에 따른 괴사 그림을 색칠해 보자.

[정답은 기본서 p. 255의 '그림 9-12' 참조]

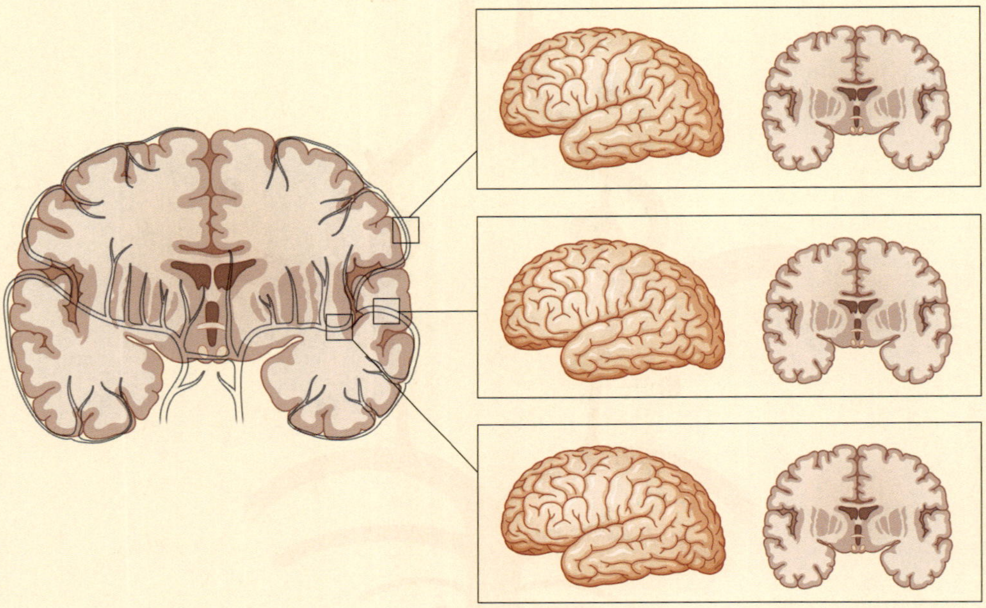

9-10 다음 연수에서 동맥 혈액 공급의 담당 영역(후하소뇌동맥 영역, 전척수동맥 영역, 추골동맥 영역) 세 군데를 각각 색칠해 보자.

[정답은 기본서 p. 257의 '그림 9-13' 참조]

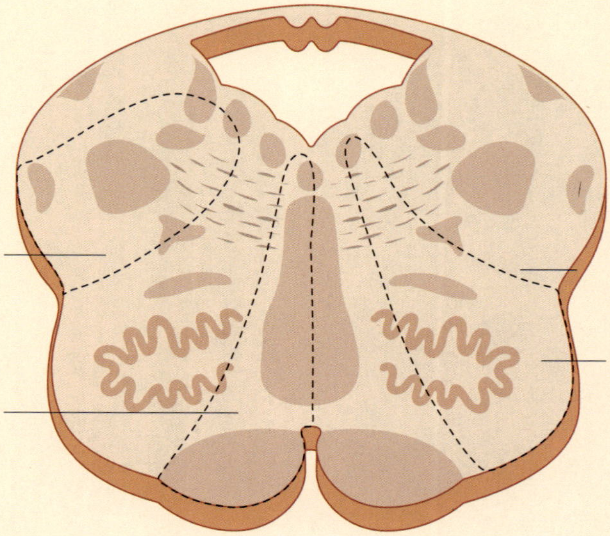

저자 소개

김향희(Kim, Hyang Hee)

연세대학교에서 국어(음성학)학을 전공한 후 도미하여, 미국 인디애나대학교(펜실베이니아주)와 위스콘신대학교에서 각각 언어병리학 석사 및 박사 학위를 취득하였다. 한국 1급 언어재활사, 미국언어청각협회(ASHA) 공인 언어치료사 자격증(CCC-SLP), 미국신경언어장애과학회(ANCDS)의 신경언어장애 전문가 자격증(BC-ANCDS)을 보유하고 있다. 미국 위스콘신대학병원 임상전임(clinical fellow)과 성균관대학교 의과대학 의학과 연구교수 및 삼성서울병원 신경과 스태프를 역임하였다. 현재는 연세대학교 의과대학 재활의학교실 교수 및 대학원 언어병리학협동과정 담당교수로 재직하면서 후학 양성, 연구 및 임상 활동 중이다. 또한 '언어병리학'과 '공학' 간의 학제간 융합 교육 및 연구 활동을 위해 포항공대(POSTECH) 겸직교수를 맡고 있다. 저자는 지난 30여 년간의 교육, 연구, 학회 활동을 통해 축적된 전문성과 공헌을 인정받아 ASHA Fellow상을 수상하였다.

신경언어장애의 해부생리 워크북
Workbook of Anatomy and Physiology for Neurologic Speech-Language Disorders
(기본서: 신경언어장애의 해부생리)

2025년 9월 10일 1판 1쇄 인쇄
2025년 9월 15일 1판 1쇄 발행

지은이 • 김향희
펴낸이 • 김진환
펴낸곳 • ㈜학지사
04031 서울특별시 마포구 양화로 15길 20 마인드월드빌딩
대표전화 • 02-330-5114 팩스 • 02-324-2345
등록번호 • 제313-2006-000265호

홈페이지 • http://www.hakjisa.co.kr
인스타그램 • https://www.instagram.com/hakjisabook

ISBN 978-89-997-3522-6 94180
978-89-997-3520-2 (set)

정가 13,000원
(set 정가 40,000원)

저자와의 협약으로 인지는 생략합니다.
파본은 구입처에서 교환해 드립니다.